இந்திய இலக்கியச் சிற்பிகள்
பாவலரேறு
பெருஞ்சித்திரனார்

உள் அட்டையில் காணும் சிற்பக் காட்சியில் பகவான் புத்தரின் அன்னை மாயாதேவி கண்ட கனவின் பலனை மன்னர் சுத்தோதனருக்கு நிமித்திகர் மூவர் விளக்குகின்றனர். அவர்களுக்குக் கீழே அமர்ந்து அந்த விளக்கத்தை எழுதுகிறார் ஓர் எழுத்தர். எழுதும் கலையைச் சித்திரிக்கும் முதல் இந்தியச் சிற்பம் இதுவாகவே இருக்கலாம். நாகார்ஜுன மலைச்சிற்பம் பொ.யு. இரண்டாம் நூற்றாண்டு.
(பட உதவி: நேஷனல் மியூசியம், புதுதில்லி)

இந்திய இலக்கியச் சிற்பிகள்

பாவலரேறு
பெருஞ்சித்திரனார்

ஜே. ஜெகத்ரட்சகன்

சாகித்திய அகாதெமி

Paavalareru Perunchithiranaar: Monograph in Tamil by J.Jagathratchagan, Sahitya Akademi, New Delhi, (Reprint 2021), Rs. 100/-

உரிமை © சாகித்திய அகாதெமி	
ஆசிரியர்	: ஜே. ஜெகத்ரட்சகன்
பொருள்	: இந்திய இலக்கியச் சிற்பிகள்
வெளியீடு	: சாகித்திய அகாதெமி
முதற்பதிப்பு	: 2018
இரண்டாம் பதிப்பு	: 2021
ISBN	: 978-93-87989-26-9
விலை	: Rs. 100/-

All rights reserved. No part of this book may be reproduced or utilized in any form or by any means, electronic or mechanical including photocopying, recording or by any information storage and retrival system, without permission in writing from Sahitya Akademi.

சாகித்திய அகாதெமி

தலைமை அலுவலகம்	: 'இரவீந்திர பவன்', 35,பெரோஸ்ஷா சாலை, புது தில்லி 110 001. secretary@sahitya-akademi.gov.in | 011-23386626/27/28.
விற்பனை அலுவலகம்	: 'ஸ்வாதி', மந்திர் சாலை, புது தில்லி 110 001. sales@sahitya-akademi.gov.in | 011-23745297, 23364204.
கொல்கத்தா:	4, டி.எல். கான் சாலை, கொல்கத்தா 700 025. rs.rok@sahitya-akademi.gov.in | 033-24191683/24191706.
சென்னை	: குணா வளாகம், 443, இரண்டாம் தளம், அண்ணா சாலை, தேனாம்பேட்டை, சென்னை 600 018. chennaioffice@sahitya-akademi.gov.in 044-24311741 | 24354815.
மும்பை	: 172, மும்பை மராத்தி கிரந்த சங்கிரகாலய சாலை, தாதர், மும்பை 400 014. rs.rom@sahitya-akademi.gov.in 022-24135744 | 24131948.
பெங்களூரு:	மத்தியக் கல்லூரி வளாகம், பல்கலைக்கழக நூலகக் கட்டிடம், டாக்டர் அம்பேத்கர் வீதி, பெங்களூரு 560 001. rs.rob@sahitya-akademi.gov.in. 080-22245152, 22130870.

அட்டை வடிவமைப்பு: Orange Communications, Chennai-17
ஒளி அச்சு: Chengamalam Enterprises, Chennai-04 | அச்சகம்: M.K. Graphics, Chennai-14

Visit our website at *http://www.sahitya-akademi.gov.in*

தாங்கள் கண்டிராத உலகை நான் காண வேண்டுமென்று பாடுபட்ட என் பெற்றோர்க்கு வணக்கங்கள். சென்னைக் கிறித்தவக் கல்லூரியில் இளங்கலைப் பட்டப் படிப்பில் பாடமாக வைக்கப் பட்டிருந்த பாவலரேறு பெருஞ்சித்திரனார் அவர்களின் ஐயை என்னும் தனித்தமிழ்ப் பாவியத்தைக் கண்ணீர் மல்க கற்பித்தவர் போற்றுதலுக்குரிய பேராசிரியர் முனைவர் கு. அரசேந்திரன் ஐயா அவர்கள். அவரே பாவலரேறுவைக் குறித்துப் படிப்பதற்கும் எழுதுவதற்கும் விதைகளை என்னுள் தூவியவர். அவருக்கு என் நன்றிகள் என்றென்றும் உரித்தாகுக.

அந்த விதைகளுக்கு உரமூட்டி, நீர் பாய்ச்சி செழித்து வளர் வதற்குக் காரணமானவர் மரியாதைக்கும் வணக்கத்திற்கும் உரிய பேராசிரியப் பெருந்தகை, சாகித்திய அகாதெமியின் தமிழ் மொழியின் ஒருங்கிணைப்பாளர் முனைவர் கி. நாச்சிமுத்து ஐயா அவர்களேயாவார். அவரின்றி இந்நூலாக்கம் சாத்தியமடைந் திருக்காது. பேராசிரியர் அவர்களுக்கு என்றென்றும் நன்றியுடையேன்.

நன்முறையில் இந் நூல் வெளிவருவதற்குக் காரணமாக அமைந்த சாகித்திய அகாதெமியின் முனைவர் அ.சு. இளங்கோவன், திரு. சீனிவாசன் முதலிய அனைத்துப் பெருமக்களுக்கும், ஊழியர்களுக்கும் நன்றிகள் பலப்பல.

நான் கேட்கும் போதெல்லாம் முகங்கோணாது நூல்கள் பல அளித்தும் குறிப்புகள் தந்தும் உதவிய பாவலரேறுவின் இளைய மருமகன் திரு. கி. குணத்தொகையன் அவர்களுக்கும் என் நன்றிகள். இந்நூலாக்கத்திற்கு உதவிய திரு. இரா. கிரிதரன் அவர்களுக்கும் என் நன்றிகள். தமிழ்க் களத்தின் மேலாளர் திரு. இளமுருகு அவர்களுக்கும் என் நன்றிகள்.

ஜே. ஜெகத்ரட்சகன்

பொருளடக்கம்

1. பாவலரேறுவின் வாழ்வும் போராட்டமும் — 7
2. இதழாளர் — 18
3. உரையாசிரியர் — 35
4. கவிஞர் — 48
5. கட்டுரையாளர் — 59
6. படைப்பாளர் — 74
7. மூத்தோரைப் போற்றிய பாவலரேறு — 105
8. பாவலரேறுவின் நடை — 114
9. தனித்தமிழ் இயக்கத் தடத்தில் பாவலரேறு — 117
10. தமிழீழமும் பாவலரேறுவும் — 124

1. பாவலரேறுவின் வாழ்வும் போராட்டமும்

இளமைப் பருவம்

பாவலரேறு பெருஞ்சித்திரனார்; தம் வாழ்நாள் முழுவதும் தமிழ், தமிழர், தமிழ்நாட்டு நலம் காண விழைந்தவர்; தொடர்ந்து சிந்தித்தவர்; சிந்தித்ததைச் செயலாக்கியவர். தம் சொந்த நலனை எண்ணாதவர். கொண்ட கொள்கையில் உறுதியும் பற்றும் கொண்டவர். எதற்காகவும் யாரிடமும் சமரசம் செய்து கொள்ளாத ஓய்வறியாப் போராளி. தமிழ்ச் சமூகம் எண்ணற்ற தமிழ்ப் போராளிகளைக் கண்டுள்ளது. போராளிகளில் தனித்துவம் மிக்கப் போராளி பாவலரேறு. தாம் வேறு தம் குடும்பம் வேறு என்று வகை பிரித்துக் களமாடுவோர் நடுவில், தம் முழுக் குடும்பத்தையும் தமிழ்ப் பகையறுக்கும் கருவியாக்கிக் களமாடியவர். தாம் பட்ட துயரங்களை எல்லாம் தமிழுக்காக மனமுவந்து ஏற்றவர். ஒற்றை வரியில் கூறுவதென்றால், தமிழின் மேன்மைக்காக உழைத்தவர்களில் தமிழைப் போற்றியதற்காக அதிகத் துன்பத்துக்கு உள்ளானவர், சிறைக்குள்ளானவர் இவரேயாவார். அதிகப் பாடனுபவித்ததும் இவர் குடும்பமேயாகும்.

தமிழையே உயிர்த்துடிப்பாகவும் - உணவாகவும் - உயிராகவும் - உறைவிடமாகவும் - தாயாகவும் - சேயாகவும் - உற்ற துணையாகவும் - இறைமையாகவும் யாவுமாக எண்ணிய, இந்த அறிஞரின் இயற்பெயர் இராசமாணிக்கம் என்பதாகும். 10.03.1933 அன்று சேலம் மாவட்டத்தில் சமுத்திரம் என்ற சிற்றூரில், திரு. துரைசாமி - திருமதி குஞ்சம்மாள் ஆகியோர்க்கு இரண்டாவது குழந்தையாகப் பிறந்தார்.

பள்ளிப் பருவத்திலே தமிழார்வம் மிக்கவராய்த் திகழ்ந்தார் பாவலரேறு. 6ஆம் வகுப்பு படிக்கும் போது 'குழந்தை' என்னும் கையெழுத்து இதழை நடத்தினார். அதனால் பள்ளியில் இவரைக் குழந்தை ஆசிரியர் என்று அழைப்பர். கௌளி,

அருணமணி, அருணன் என்ற புனைபெயர்களைச் சூட்டிக் கொண்டார். எட்டாம் வகுப்பு படிக்கையில் 'மலர்க்காடு' என்னும் கையெழுத்து இதழை நடத்தினார். அவ்விதழில் 'அருணமணி' என்னும் புனைபெயரில் எழுதலானார். அதன் பிறகு தம்முடைய பதின்மூன்றாம் வயதில் 'மல்லிகை' என்னும் முதற் பாவியத்தைப் படைத்தார். மல்லிகையைத் தொடர்ந்து 'பூக்காரி' என்னும் பாவியத்தை எழுதினார். அப் பாவியமே 'கொய்யாக்கனி' என்னும் பெயரில் பின்னாளில் வெளியாகியது.

பாவலரேறுவின் இளம் பருவத்தில் தமிழார்வம் தாமாகவே ஊற்றெடுத்திருந்தாலும், அவ்வூற்றைப் பெருக்கெடுக்கச் செய்ததில் அவருக்கு வாய்க்கப் பெற்ற ஆசிரியப் பெருமக்களின் பங்கு குறிக்கத் தக்கதாகும். பள்ளிப் படிப்புக்குப்பின் இரண்டு ஆண்டுகள் இடைநிலை (Intermediates) என்கிற கல்வி நிலை அது கல்லூரியில்தான் இருந்தது. சேலம் நகராண்மைக் கல்லூரியில் அப்படிப்பில் சேர்ந்த பாவலரேறுவிற்கு மொழி ஞாயிறு தேவநேயப் பாவாணர், உலக ஊழியனார், காமாட்சி குமாரசாமி ஆகிய பெரு மக்கள் ஆசிரியர்களாக வாய்த்தனர். ஆகவே, பாவலரேறுவின் தமிழ் ஆர்வம் முன்னிலும் பன்மடங்காக வளர்ந்தது.

இல்லறம்

25.04.1951ஆம் ஆண்டு சேலத்தைச் சேர்ந்த சின்னசாமி - செல்லம்மாள் ஆகியோரின் மகள் கமலம் என்பவரைத் தம் முடைய இல்வாழ்க்கைத் துணையாக ஏற்றார். கமலம் என்பது சமற்கிருதம் ஆகையால், பின்னாளில் தாமரை என்று தமிழ்ப் படுத்திக் கொண்டார். தாமரை அம்மையார் பாவலரேறுவின் தமிழ்ப் பணிச் சுமைக்குத் துணைத் தோள் கொடுத்த பெருந்தகை ஆவார். பாவலரேறு - தாமரை அம்மையார் இணையருக்குப் பொற்கொடி, பூங்குன்றன், தேன்மொழி, செந்தாழை, பொழிலன், பிறைநுதல் என நான்கு பெண் குழந்தைகளும், இரண்டு ஆண் குழந்தைகளும் பிறந்தனர். பாவலரேறுவைப் போன்றே இவர்களும் தமிழுக்காக ஆக்கபூர்வமாகத் தொடர்ந்து இயங்கி வருபவர்கள். போலி - பகட்டு ஏதுமில்லாமல், விளம்பர வெளிச்சத்தை விரும்பாமல் தமிழ்ப் பணி ஆற்றி வரும் பெரும் தகைமையாளர்கள் ஆவர்.

அரசுப் பணிகள்

1952-1954 வரை சேலத்தில் கூட்டுறவுத் துறை இளநிலை ஆய்வராகவும், கணக்காய்வராகவும் பணியாற்றினார். பின்னர், ஓசூர், அஞ்செட்டி என்னும் பகுதியில் வனத்துறையில் எழுத்தராகப் பணியமர்ந்து, சில காலம் பணியாற்றினார் பாவலரேறு.

1954ஆம் ஆண்டின் இறுதியில் புதுவையில் அஞ்சல் துறையில் எழுத்தராகப் பணி வாய்ப்புக் கிட்டிற்று. புதுவையில் அஞ்சல் துறையில் எழுத்தராகப் பணியில் அமர்ந்த பாவலரேறு விற்கு, அன்றைய காலக்கட்டத்தில் தமிழ் இளைஞர்களுக்கு எழுச்சியூட்டும் கவிஞராகத் திகழ்ந்த புரட்சிக் கவிஞர் பாரதி தாசனின் ஈடில்லா நட்பு வாய்த்தது. இதன் மூலம் தமிழார்வம் மேலும் பன்மடங்கு கூடித் தழைத்தது.

1961 முதல் 1967 வரை கடலூர் அஞ்சலகத்தில் துணை அஞ்சல் தலைவராகப் பணியாற்றினார். இந்நிலையில் இளைஞர் களின் மனத்தில் சுடர் விட்டெரிந்த இந்தித் திணிப்பு எதிர்ப்புப் போராட்டத்தில் பெரும் வீறுடன் போராடினார். அதன் பயனாகச் சிறைத் தண்டனை பெற நேர்ந்தது. ஆகவே, சிறைத் தண்டனையைக் காரணம் காட்டி அஞ்சலகப் பணியிலிருந்து நீக்கப்பட்டார். இந்த எதிர்ப்பின் போது கனல் தெறிக்கும் பாடல்கள் இவரிடமிருந்து வெளிப்பட்டன. ஆட்சியாளர்களின் இந்திச் சார்புணர்வைக் கண்டித்து எழுதியதால் ஆட்சியாளர்களின் எதிர்ப்பை மிகுதியும் சேர்த்துக் கொண்டார். அதனால் 17.11.1965 முதல் 16.01.1966 வரை சிறைத் தண்டனை அனுபவித்தார்.

அரசுப் பணி இழந்தாலும் அரசின் எதிர்ப்பாளர் என்று முத்திரையிடப்பட்டு இன்னல்களுக்கு ஆளான போதும், அதனைக் கண்டு தம் நிலையைச் சற்றும் தளர்த்திக் கொள்ளாதவர். அடக்கு முறைகளையே தம்முடைய ஆற்றலுக்கு உரிய ஊட்டமாக மாற்றிக் கொண்டார். கொடிய வறுமை இறுக்கிய போதும் தம் வீரியத்தைக் குறைத்துக் கொள்ளவில்லை. இந்தித் திணிப்பு எதிர்ப்பில் கடுமையாகப் போராடிப் பல இன்னல்களுக்கு ஆளான போதும், பின்னாளில் இந்தி எதிர்ப்புக்காகச் சிறை சென்ற மொழிப் போர் வீரர்களுக்கான எந்தச் சிறப்புச் சலுகையையும் ஊதியத்தையும் பெறுவதற்கு விரும்பவில்லை. தமிழகத்தின் முதலமைச்சர்களாக விளங்கிய கலைஞர் மு. கருணாநிதி, எம்.ஜி. இராமச்சந்திரன்

ஆகியோருடன் அறிமுகம் கிட்டியிருப்பினும் அதனைத் தமக்கு வாய்ப்பாகக் கருதி, எவ்வகைப் பயனும் அடைய முற்படவே இல்லை.

பெயர்க்காரணம்

துரை மாணிக்கம் என்ற பெயருடன் வேறு சில புனை பெயர்களில் எழுதி வந்த பாவலரேறு, 1950ஆம் ஆண்டு இறுதியில் பெருஞ்சித்திரன் என்ற பெயரைச் சூட்டிக் கொண்டார். பெருஞ்சித்திரனார் என்னும் புனைபெயரைக் கழக இலக்கியத்தின் மீது கொண்ட காதலால் வைத்துக் கொண்டீர்களா? என்ற வினாவிற்குப் பின்வருமாறு பதிலுரைத்தார்;

> இல்லை. கழக இலக்கியத்தின் மீது கொண்ட காதலால் அன்று. அக்காலப் புலவர் பெருஞ்சித்திரனார் மீது கொண்ட மதிப்புயர்வால் வைத்துக் கொண்டேன். அப்புலவருடைய பெருமித உணர்வும், வீரமும், துணிவும், அரசர்களுக்கே பணிந்து போகாத செம்மாப்பும், அவர் பரிசில் பெற்றுவந்த பொருள்களைத் தாம் மட்டும் நுகர எண்ணாமல், 'எல்லார்க்கும் கொடுமதி மனைகிழவோயே' என்று இல்லாளிடம் அனைவர்க்கும் பகிர்ந்து கொடுக்கக் கூடிய பெருந்தகைமையும், அவருடைய புலமைத் திறனும், அவர்தம் பாடல்களில் கையாண்டுள்ள தமிழறிவுப் புலமையும், சொல்லாட்சியும், அவர் பாடுபொருளாக எடுத்துக் கொண்டுள்ள கருத்துகளும், அவர்பால் எனக்குப் பெருமதிப்பை உண்டாக்கின'' (*பாவலரேறு பெருஞ்சித்திரனார், வாழ்க்கைச் சுவடுகள்,* 346 - 347)

என்பதனால் அப்புலவனின் பெயரைத் தமக்குப் புனைபெயராகச் சூட்டிக் கொண்டதைப் பெருமிதத்துடன் கூறுகிறார் பாவலரேறு. இவருடைய வாழ்வை முழுவதும் உற்றுநோக்குகையில் கழகப் புலவர் பெருஞ்சித்திரனாருக்கும் பாவலரேறு பெருஞ்சித்திரனாருக்கும் ஒற்றுமைகள் பல உள்ளன.

இயக்க நிலைப்பாடுகளும் சிறை வாழ்வும்

'தென்மொழி' மே 1966ஆம் ஆண்டு இதழில் தமிழக விடுதலை இயக்கம், என்ற இயக்கம் விரைவில் தொடங்கப்பட இருப்பதாகவும், அதற்கான முயற்சிகள் நடைபெற்று வருவதாக

வும் அறிவிப்பைப் வெளியிட்டார் பாவலரேறு. ஆனாலும் அவ்வியக்கம் கால்கோள் கொள்ளவில்லை.

5, 6 அக்டோபர் 1968 தனித்தமிழ்க் கழக மாநாடு திருச்சியில் நடத்தப்பெற்றது. அந்த மாநாட்டில் 'உலகத் தமிழ்க் கழகம்' என்னும் அமைப்பு உருவாக்கம் அடைந்தது. மொழி ஞாயிறு பாவாணரைத் தலைவராகக் கொண்ட அந்த அமைப்பில் முனைவர் மெ. அழகனார் துணைத் தலைவராகவும், பாவலரேறு பொதுச் செயலாளராகவும், புலவர் இறைக்குருவனார் துணைப் பொதுச் செயலாளராகவும், செங்கை செந்தமிழ்க் கிழார் பொருளாளராகவும் பொறுப்பு ஏற்றனர். உலகத் தமிழ்க் கழகத்தின் முதல் ஆண்டு மாநாடும், திருவள்ளுவர் ஈராயிரம் ஆண்டு விழா மாநாடும் 27, 28.12.1969இல் பரமக்குடியில் நடைபெற்றது. இரண்டு ஆண்டுகள் கழித்து உலகத் தமிழ்க் கழகத்தின் இரண்டாவது மாநாடு 09.01.1971 அன்று மதுரையில் நடைபெற்றது. பாவலரேறு, அந்த மாநாட்டில் பங்கேற்று உரையாற்றினார்.

10, 11.06.1972ஆம் ஆண்டு தமிழக விடுதலை மாநாட்டைத் திருச்சியில் பாவலரேறு அவர்கள் அமைப்பாளராக இருந்து நடத்தினார். தென்மொழிக் 'கொள்கைச் செயற்பாட்டு மாநாடு' என்கிற தலைப்பில் நடைபெற்ற அந்த மாநாட்டில் மிகப் பெரிய பேரணியும் நடத்தப்பெற்றது. 1973 ஆண்டு இவ்வியக்கத்தின் இரண்டாம் மாநாடு மதுரையில் நடைபெற்றது. இந்த மாநாட்டில் தந்தை பெரியார் வாழ்த்திச் சென்றார். இந்த இயக்கத்தின் மூன்றாம் மாநாடு சென்னைக் கடற்கரையில் 1975ஆம் ஆண்டு நடைபெறும் என்று அறிவித்தார். மாநாடு நடைபெறவிருந்த முந்தைய நாளில் பாவலரேறு உள்ளிட்ட 22 பேர் சிறைப்படுத்தப் பட்டனர். முதல்வராக இருந்த கலைஞர் தலைமையிலான அரசு தமிழ்நாடு விடுதலைக் கோரிக்கையைக் கை விடுவதாக எழுதிக் கொடுத்தால் சிறையிலிருந்து விடுதலை செய்வதாகக் கூறியது. அப்படி ஒரு விடுதலை தமக்கு வேண்டாம் எனக் கூறி மறுத்தார் பாவலரேறு. அதன் விளைவாக 56 நாள்கள் சிறைவாசம் அனுபவிக்க நேர்ந்தது. ஆயினும், பின்னாளில் உலகத் தமிழ்க் கழகத்தின் 4ஆவது மாநாடு சென்னையில் நடைபெற்றது. மொழி ஞாயிறு பாவாணர் தலைமையில் நடைபெற்ற அம்மாநாட்டில், கலைஞர் கருணாநிதி அவர்களும் கலந்து கொண்டு உரையாற்றினார்.

தம் கொள்கைகளுக்கும் மொழி நலனுக்கும் ஊறு நேரும் எனில் எவ்விடமாயினும் தம் எதிர்ப்பைப் பதிவு செய்வதில் பாவலரேறு தயங்காதவர். தமிழக அரசு கொண்டு வந்த எழுத்துச் சீர்திருத்தம் பற்றிக் கருத்தறிவிக்கையில், கலப்புத் தமிழே நடை முறைப் பயன்பாட்டில் இருக்கையில், தமிழைக் காக்கிற வகை யிலான மொழிச் சீர்திருத்தமே முதல் தேவை என்றும், எழுத்துச் சீர்திருத்தம் பிறகே செய்யப் பெற வேண்டுவது என்றும் பாவாணரும் பாவலரேறும் ஒருமித்துக் கருத்தை வெளிப்படுத்தி னார்கள். அதன் பிறகு தம்முடைய கருத்துக்கு உரிய இடம் இல்லாமையால் பாவாணரும் பாவலரேறும் தமிழக அரசு கூட்டிய கூட்டத்தில் பங்கேற்கவில்லை.

பாவலரேறு எவரோடு இணைந்து செயல்பட்டாலும் தம் முடைய நிலைப்பாட்டினைச் சற்றும் மாற்றிக் கொள்ளாமல் செயலாற்றினார். கடவுள் மறுப்பையே முதன்மையாகக் கொண்டு செயல்பட்ட திராவிடர் கழகத்தின் கூட்டங்களுக்குச் சிறப்பு அழைப்பாளராக அழைக்கப்பட்ட பாவலரேறு திராவிடர் கழகம் 'கடவுள் மறுப்பை முதன்மைப்படுத்துவதை விட்டுத் தமிழின நலன் நோக்கில் முழுமையாகப் பணியாற்றிட வர வேண்டும்' என்று குறிப்பிட்டார்.

இந்தியாவின் முன்னாள் தலைமை அமைச்சர் இந்திரா காந்தி அவர்கள் இறந்தபின், அவருடைய சாம்பல் இந்தியா முழுவதும் மக்களின் வணக்கத்திற்குக் கொண்டு சென்று பரப்பப் பட்ட போது, அதன் மூட நம்பிக்கையை எதிர்த்தும், அதனைத் தடை செய்யக் கோரியும் பாவலரேறு அவர்கள் சென்னை உயர்நீதி மன்றத்தில் வழக்குத் தொடர்ந்தார். அந்த வழக்கைத் தாமே நேர்நின்று தமிழில் வழக்காடினார். வழக்கு மன்றத்தில் பாவலரேறு அவர்கள் முன்வைத்த வழக்குரை இங்கே பதிவு செய்யப்படுகிறது.

அவரின் (*இந்திரா காந்தி*) சாம்பல் பற்றிய வழக்கு இது என்பதால் அவருக்குரிய பெருமையைத் தாழ்த்தியோ, இழித்தோ கூறுவதாக யாரும் பொருள் கொண்டுவிடத் தேவை இல்லை. அவர் இந் நாட்டின் தலைமையமைச்சர் என்பதிலும், பொறுப்பு வாய்ந்த ஒரு பணியை ஆற்றி மறைந்து போயிருக் கிறார் என்பதிலும் யாருக்கும் கருத்து வேறுபாடு இருக்க முடி

யாது. அதற்குரிய வகையில் அவருக்கென்று சில பெருமைகள் உண்டு.

ஆனால், அவரின் அஸ்தி என்று கூறப்படும் உடலெலும்புச் சாம்பலை, அறிவியல் தகுதியில் மற்றப் பொருள்களின் சாம்பலைப் போன்றதே ஆகும். அதற்கு ஏதேனும் தனிச் சிறப்போ, தனிக் குண நலன்களோ, பெருமைக்குரிய தன்மைகளோ இருப்பதாக அறிவியல் முறையில் எந்த ஓர் அறிவியல் அறிஞரும் (*விஞ்ஞானியும்*) ஆராய்ந்து கூறிவிட முடியாது, என்று தொடரும் அவருடைய உரை நான் இந்த நாட்டின் குடிமகன். அரசுக்கு மற்றவர்களைப் போலவே வரி செலுத்துகின்றேன். இந்திய அரசின் அமைப்பியல் சட்டத்தில் 51(அ) பிரிவு, குடிமக்களின் உரிமைகளைக் கூறிக் கடமைகளை வலியுறுத்துகிறது. அந்தப் பிரிவில், இந்நாட்டில் உள்ள ஒவ்வொரு குடிமகனும், அறிவியல் முறையான அணுகு முறை, மாந்த நேயத் தன்மை மற்றும் ஆராய்வு, ஊக்கம், சீர்திருத்தம் ஆகியவற்றை வளர்ப்பதற்கும் காப்பதற்கும் ஆவன செய்வதைத் தன் கடமையாக எடுத்துக் கொள்ள வேண்டும்' என்று கூறுகிறது. எனவே, அச் சட்டப் பிரிவு கொடுத்த உரிமையில் நான் அரசின் செயலை அறிவியலுணர்வுடன் அணுகித் தவறு என்று கூறக் கடமைப்பட்டுள்ளேன்' என்று கூறினார்.

அதற்கு நடுவர், அறமன்றம் பொதுமக்களின் நம்பிக்கை களைத் தடுத்து நிறுத்த முடியாதே! அதை வழக்காளர் போன்ற பொதுநலம் நாடுபவர்கள் தாம் பொது மக்களிடம் சென்று அறிவுக் கருத்துகளைப் பரப்ப வேண்டும்' என்றார்.

நடுவரின் கருத்திற்குப் பாவலரேறு 'அந்த வேலையை நாங்கள் செய்து கொண்டு தான் இருக்கிறோம். ஆனால், அரசே இத்தகைய மூட நம்பிக்கைகளை வளர்க்கின்ற செயல்களில் ஈடு பட்டால், நாங்கள் என்ன செய்வது? ஆகவேதான், வேறு வழி இல்லாமல் அறமன்றங்களின் உதவியை நாங்கள் நாட வேண்டி உள்ளது' என்பதோடு வழக்கிற்குத் தொடர்புடைய பல்வேறு தகவல்களை முன்வைத்தார். இவ்வழக்கு, தேசத்தின் புனிதத்தைக் குற்றப்படுத்துவதாகவும், காலம் கடந்த முறையீடு எனவும் கூறித் தள்ளுபடி செய்யப் பெற்றது. இந்த வழக்கின் காரணமாகப் பல்வேறு இன்னல்களுக்கும், கொலை மிரட்டல்களுக்கும் ஆளானார் பாவலரேறு. எனினும், தன்னுடைய கொள்கையில்

இருந்த உறுதியின் காரணமாகவும் பற்றின் காரணமாகவும் எவற்றிற்கும் அஞ்சாது எதிர்த்து நிற்கின்ற ஆற்றல் வாய்க்கப் பெற்றிருந்தார்.

பாவலரேறு தமிழில் வழக்காடியதை ஆங்கில இதழான 'இந்தியன் எக்சுபிரசு' (09.11.1984) கீழ் வருமாறு எழுதியது.

> Petitioner Perunchithiranar, a Tamil Scholar, President of Ulaga Thamizhina Munnetra Kazhagam and Editor of Thenmozhi, appeared in person and argued in Chaste Tamil before the Judges.

இவ்வாறு வேறு சில இதழ்களும் பாவலரேறு இந்தச் செயலைப் போற்றி எழுதின. ஏனெனில் இது இந்திய நீதித்துறை வரலாற்றில் குறிக்கத்தக்க நிகழ்வாகும்.

இட்ட சாவம் முட்டுக - இட்ட சாவம் முட்டியது

நந்திக் கலம்பகம் என்னும் சிற்றிலக்கியம் எழுந்த கதை தமிழில் பல நூற்றாண்டுகளாக வழங்கி வருகிறது. இது தமிழில் அறம் பாடுதல் என்கிறதான ஓர் இலக்கிய வழக்கம் இருந்ததைக் குறிப்பிடுகிறது. அறம்பாடுதல் என்பது அவருடைய வாழ்விலும் நடந்தேறியுள்ளது கூறுவர். முன்னாள் தலைமையமைச்சர் ஈழத்தில் தமிழர்களுக்கெதிரான நிலைப்பாட்டினை மேற்கொண்டதாகவும், ஈழத் தமிழர் பெரும் இன்னலுக்குள்ளானதாகவும், இதனைக் கண்டு உள்ளம் நொந்த பாவலரேறு இட்ட சாவம் முட்டுக என்று அறம் பாடியதாகவும் கூறுவர். பாவலரேறு தம் பாடலில் எவ்வாறு குறிப்பிட்டிருந்தாரோ அதே வகையில் அந்தப் தலைமையமைச்சர் பலியானதால், அதைக் குறித்து இட்ட சாவம் முட்டியது என்று அக் கவிதைமேல் விளக்கம் எழுதி உள்ளார். இதையறிந்த காவல்துறையினர் இது குறித்துப் பாவலரேறுவிடம் விசாரணை மேற்கொண்டது. விசாரணையில் உரிய விளக்கம் அளித்தபின் விடுவிக்கப்பட்டார் பாவலரேறு. இதை அவருடைய தமிழின் வலிமைக்குரிய சான்றுகளில் ஒன்றாகக் கருதுவர்.

தமிழருக்கான போராட்டங்கள்

தமிழை வழிபாட்டு மொழியாக வழங்க வேண்டுமென்ற கோரிக்கை தமிழகத்தில் தொடர்ந்து ஓங்கி ஒலித்து வரும்

ஒன்றாகும். இது குறித்துப் பாவலரேறு 13.08.1987ஆம் நாளில் உச்சநீதிமன்றத்தில் வழக்கு தொடுத்தார். அந்த வழக்கிற்காகத் தில்லி சென்று உச்ச நீதிமன்றத்தில் தமிழில் தம்முடைய வாதத்தை முன்வைத்தார். அதே போன்று தமிழில் படித்தவர்களுக்கு வேலை வாய்ப்பில் முன்னுரிமை அளிக்க வலியுறுத்தி 22.07.1990இல் தமிழ்நாடு இளைஞர் பேரவை, தமிழ்நாடு மாணவர் பேரவை ஆகியவை இணைந்து நெல்லையில் நடத்திய தமிழ் வழிக் கல்வி மாநாட்டில் பங்கேற்றுச் சிறப்புரை ஆற்றினார்.

இவ்விரு அமைப்புகளும் இணைந்து கடலூரில் நடத்திய ஆளுமைச் சாதி ஒழிப்பு மாநாட்டில், தமிழீழ விடுதலை ஏற்பிசைவு (*அங்கீகரிப்பு*) மாநாட்டில் கலந்துகொள்ள வேலூர் சென்றபோது சிறைப்படுத்தப்பட்டார்.

மறைமலை நகர் தொடர்வண்டி நிலையத்திற்கு மறைமலை அடிகளாரின் பெயரே சூட்டப்பட வேண்டும் என வலியுறுத்திச் சட்டமன்றத்துக்கு (Assembly) எதிரில் போராட முயன்ற பாவலரேறு அவர்களோடு பலரும் சிறைப்படுத்தப்பட்டனர்.

திராவிடர் என்று கூறுவது தவறு என்றும், தமிழர் என்றே குறிப்பிட வேண்டும் என்ற நிலைப்பாட்டில் இருந்தவர் பாவலரேறு. இதனை வலியுறுத்தும் வகையில் சனவரி 1994 'தமிழ்நிலம்' இதழில் அறிக்கையும் வெளியிட்டார். மேலும் தமிழகத்தில் உள்ள தாழ்த்தப்பட்டோரைப் 'பழந்தமிழர்' என்றே குறிப்பிட வேண்டும் என்றும், 'ஆதிதிராவிடன்' என்றோ, 'அரிஜன்' என்றோ தாழ்த்தப்பட்டவன் என்றோ, 'தலித்' என்றோ பல்வேறு பெயர்களால் அழைப்பதைத் தவறு என்று கூறி, ஏப்பிரல் 1994 தமிழ் நிலம் இதழில் அறிக்கையும் வெளியிட்டார்.

தமிழ் வழிக் கல்வி

யாவற்றையும் பேச்சளவில் நிறுத்திக் கொள்ளாமல் அவற்றைச் செயல்படுத்துவதற்கான முன்னெடுப்புகளைப் பலவாறு மேற் கொள்வது பாவலரேறுவின் இயல்பு. தமிழ் வழிக் கல்வி குறித்தான பேச்சும் செயலும் ஒன்று போல அமைந்தது. 18.04.1994 தமிழ் வழிக் கல்வியை வலியுறுத்தி தலைநகர்த் தமிழ்க் கழகத்தின் சார்பில் தமிழறிஞர்களின் முற்றுகைப் போராட்டம், சென்னை - அண்ணாசாலை தொடங்கிச் சட்டப் பேரவை வளாகம் வரை

யிலும் நடைபெற்றது. அதேபோன்று 1995ஆம் ஆண்டில், தமிழ் வழிக் கல்வியை வலியுறுத்தியும், தமிழில் படித்தோர்க்கு வேலை வாய்ப்பில் முன்னுரிமை வழங்கக் கோரியும் தலைநகர்த் தமிழ்க் கழகம் தொடர்ச்சியாக உண்ணா நோன்பு, ஆர்ப்பாட்டம், தலைமைச் செயலகம் முன்பு முற்றுகைப் போராட்டம், ஆங்கில அரசாணை எதிர்ப்புப் போராட்டம், சட்டப் பேரவை முற்றுகைப் போராட்டம், முதலமைச்சர் வீட்டு முன் ஆர்பாட்டம் என்று நடத்திய பல்வேறு போராட்டங்களிலும் பாவலரேறு கலந்து கொண்டார்.

1994ஆம் ஆண்டு தஞ்சையில் உலகத் தமிழ் மாநாடு நடைபெற்றது. தமிழுக்கு உரிய வகைகளில் ஆக்கம் செய்யாமல் வெறும் ஆரவாரப் போக்கில் மாநாடு நடத்தப்படுவதை எதிர்த்துப் பாவலரேறுவின் தலைமையில் தமிழறிஞர்கள் அணி திரண்டு உண்ணாநோன்புப் போராட்டத்தை முன்னெடுத்தார்கள். காவல் துறை கடுமையான அடக்குமுறையை மேற்கொண்டது. இப் போராட்டத்தில் பாவலரேறு, அவரின் துணைவியார் தாமரை அம்மையார், மகள் பொற்கொடி உள்ளிட்ட பலரும் தாக்கப் பட்டுச் சிறையில் அடைக்கப்பட்டனர்.

தலைநகர்த் தமிழ்க் கழகம் தமிழே பயிற்று மொழி, ஆட்சி மொழியாக்கப்பட வேண்டுமென கோரிக்கையை முன்வைத்து மாபெரும் பேரணியை 29.04.1995 அன்று நடத்தியது. இந்தப் பேரணியில் பாவலரேறு தம் குடும்பத்தாருடன் கலந்து கொண் டார். பேரணி தடுக்கப்பட்டு அனைவரும் சிறைப்படுத்தப் பட்டனர். பாவலரேறு சிறைப்படுத்தப்பட்ட தமிழறிஞர்கள், ஆர்வலர்கள் ஆகியோரிடையே சொற்பொழிவாற்றினார். அந்தச் சொற்பொழிவே அவருடைய இறுதிச் சொற்பொழிவாக அமைந்தது.

பாவலரேறுவின் இறுதி ஊர்வலம்

தமிழின் நலமொன்றையே விரும்பிய போராளிக்குத் தன்னலம் பேணுவதற்கு மறந்துபோனது. கருத்தாலும் செயலாலும் தமிழ்ப் பகைவர்களால் வீழ்த்த முடியாத பாவலரேறுவை உடல்நலக் குறைவு வீழ்த்தி வெற்றிகொண்டது.

எதுவரை எம்மூச்சு இயங்கு கின்றதோ
எதுவரை எம்உடல் இம்மண் தோயுமோ

எதுவரை எம்மனம் நினைவலை எழுப்புமோ
அதுவரை மொழி, இனஆர்ப்பு அடங்காது

என்று எழுதியதோடல்லாமல், தம் வாழ்வையும் அவ்வாறே தகவமைத்துக் கொண்டு இயங்கிய, தமிழன்னையின் போர்க் கேடயம் பழுதடைந்தது. தமிழுக்கான போராட்ட வரலாற்றில் வியப்புக் குறிகளைப் பதித்த பாவலரேறு 11.06.1995 அன்று முற்றுப் புள்ளி வைத்தார். ஆம், தமிழுக்காக இயங்கிய மூச்சு நின்று போனது. தமிழின மேய்ப்பர் தம் மக்களைத் தத்தளிக்கச் செய்து போன நாளது.

பல்வேறு அரசியல் கட்சித் தலைவர்கள், தமிழ் அன்பர்கள், அறிஞர்கள், இயக்கத் தலைவர்கள், பொதுமக்கள் ஆகியோர் பங்கு பெற்ற மாபெரும் இறுதி ஊர்வலம் சென்னை தியாகராயர் நகரிலிருந்து வேளச்சேரி வழியாக மேடவாக்கம் வரையிலும் 16 கி.மீ. நடைபெற்றது. இறுதியில் மேடவாக்கத்தில் பாவலரேறு உடல் அடக்கம் செய்யப் பெற்றது. அங்கு நினைவிடம் அமைக்கப் பெற்றுப் 'பாவலரேறு தமிழ்க்களம்' என்னும் பெயரால் அழைக்கப் பெற்று வருகிறது.

வாழ்நாள் முழுதும் உணவையும் உறக்கத்தையும் தம் குடும்பத்தையும் பொருட்படுத்தாமல் தமிழின மேன்மைக்காக எழுதிக் குவித்த அந்தப் பெரும் பேரறிஞரின் படைப்புகளை 2009இல் தமிழக அரசு நாட்டுடைமையாக்கிப் பெருமை தேடிக் கொண்டது.

2. இதழாளர்

தமிழில் வெளிவந்துள்ள இதழ்களின் எண்ணிக்கை எட்டா யிரத்தைத் தாண்டியுள்ளன என்பது ஒரு புள்ளிவிவரம் அளிக்கும் கருத்து. எண்ணிக்கை பெரியதாக இருந்தாலும் அவற்றால் மொழிக்கும் இனத்துக்கும் விளைந்த பயன் மிகக் குறைவே. தமிழ் இதழ்களின் வரலாற்றில் தென்மொழி ஒரு மைல்கல். அன்னைத் தமிழை மீண்டும் அரியணையில் அமர்த்தவும் பாவாணர் அவர்களின் தமிழ் ஆக்கம் நிறைந்த செயல்பாடுகளுக் காகவும் 'தென்மொழி' என்னும் தனித்தமிழ் இதழ், பாவலரேறு அவர்களால் 01.08.1959இல் தொடங்கப் பெற்றது.

தென்மொழி என்பது, தொடக்கத்திலும் சரி, இன்றும் சரி ஒரு கூட்டுமுயற்சியன்று. அவ்வக்காலங்களில் சிலர் துணைக ளாகவும் தூண்களாகவும் அதன் வெளிப்பாட்டுக்கென உதவிய நிலைகள் உண்டெனினும் - அதனின் புறப்பாட்டிற்கும் ஆக்கத் திற்கும் அடிப்படை ஒற்றை மூலக்காரணகராக இயங்கியவர் பாவலரேறு என்று தென்மொழியின் விளைவுக்கு முழுமுதற் காரணம் பாவலரேறு என்கிறார் பேரா. ப. அருளியார் (*தென் மொழியின் தொண்டு, ப.* 4).

தென்மொழி இதழின் பொறுப்பாசிரியராகப் பாவலரேறு வும், புலவர் முதுகண்ணன், புலவர் ஆ. அழகன், பாவலர் ம. இலெனின் தங்கப்பா ஆகியோர் உறுப்பாசிரியர்களாகவும் விளங் கினர். தென்மொழி இதழின் பெயரை முன்மொழிந்தவர் பாவாணர் ஆவார். தென்மொழி இதழ் ஒன்றின் விலை 25 காசுகளாகும்.

தென்மொழி எனக்காகவன்று, தென்மொழிக்காக நான். தென்மொழிக்கே என் மூச்சு, பேச்சு, நடக்கை, செயல் எல்லா வற்றையும் அடிப்படுத்தி விட்டேன். என் மனைவி, மக்கள் இவர்கள் என்னைக் காக்க இருப்பதாகவே நான் கருதுகின்றேன். நான் அவர்களைக் காப்பதாக என்றும் கருதியதில்லை. என்

பிள்ளைகள் என்ன படிக்கின்றார்கள்? என் மனைவி என்ன விரும்புவாள் என்பதைவிட, என் தமிழர் எப்படி வாழ்கின்றனர்? எப்படி வீழ இருக்கின்றனர்? தமிழ் எப்படிப் புறக்கணிக்கப்படு கிறது? எப்படி உயர்த்தப்பட வேண்டியது? என்பவற்றில் எனக்கு நாட்டம் மிகுதி. காலை நான்கு மணி முதல் நள்ளிரவு பன்னி ரண்டு மணிவரை என் கை, கால், கண், உடல், மனம், உயிர் எல்லாம் தென்மொழிக்காகவே வேலை செய்கின்றன. இயங்கு கின்றன. காரணம் தென்மொழி ஒன்றால்தான் தமிழர்க்கு ஏதாவ தொரு விடிவைத் தேடித்தர இயலும் எனத் துடிக்கின்றேன். வழியைக் காட்டி விடக் குமுறுகின்றேன். முடியுமா? முடி யாதா? என்பது எனக்குத் தெரியாது. ஏனெனில் அஃது என்னைப் பொறுத்தது மட்டுமன்று. இம்மக்களைப் பொறுத்ததுமான செய்தி (*பாவலரேறு பெருஞ்சித்திரனார் வாழ்க்கைச் சுவடுகள். ப.* 119).

பாவலரேறு அரசுப் பணியில் இருந்தமையால் தம்முடைய பெயரில் படைப்புகளை வெளியிடாமல், பெருஞ்சித்திரன், மெய்மைப் பித்தன், தாளாளன், பாவுண்தும்பி, ஈட்டி என்னும் புனைபெயர்களில் எழுதினார்.

தம் பள்ளிப் பருவத்தில் 'குழந்தை' என்னும் கையெழுத்து இதழும், பின்னாளில் அதன் பெயரை மாற்றி மலர்க்காடு என்ற பெயரில் நடத்தப்பட்ட கையெழுத்து இதழும் விளையும் பயிர் முளையிலேயே தெரியும் என்பதை மெய்ப்பித்தன.

கெஞ்சுவ தில்லை பிறர்பால்! அவர்தம் கேட்டினுக்கும்
அஞ்சுவ தில்லை; மொழியையும் நாட்டையும் ஆளாமல்
துஞ்சுவதில்லை; எனவே தமிழர் தோளெழுந்தால்
எஞ்சுவதில்லை; புவியில் எவரும் எதிர்நின்றே.

என்ற பாடல் வரிகள்தென்மொழி முதல் இதழில் முகப்புப் பகுதியில் இடம்பெற்ற வரிகளாகும். இவ்வரிகள் பாவலரேறு யார்? என்பதையும், இறுதி மூச்சுவரை தம் இயக்கம் எவ்வாறு அமையும் என்பதையும் கட்டியமாகக் கூறும் பாடலாகும்.

தென்மொழி பின்வரும் முத்தாய்ப்பான கொள்கைகளை வகுத்துக்கொண்டு அத்தடத்திலேயே வழிநடந்தது. அவற்றுள் பின்வருவனவும் அடங்கும்:

1. தமிழ் நிலத்துள் தமிழே ஆட்சி மொழி ஆதல் வேண்டும். மாநில இணைப்பு மொழியாகவும், உலகத் தொடர்பு

மொழியாகவும் இருக்கத் தகுதியுடைய மொழி ஆங்கிலமே. பல்துறைக் கல்வியும் தமிழிலேயே பயிற்றுவிக்க வேண்டும்.

2. தமிழ்நாட்டுள் தமிழர்க்காக நடத்தப்பெறும் இதழ்களில், எழுதப்பெறும் நூல்களில் தனித்தமிழே வழங்கப் பெற முயற்சிகள் செய்தல்.

3. தமிழக அரசியல் கட்சிகள் தமிழுக்கும், தமிழர்க்கும், தமிழ் நாட்டிற்கும் செய்துவரும் தொண்டில் போலியும், பொய்மையும் கலவா வண்ணம் கூர்ந்து கவனித்து, தேவையான பொழுது கண்டிக்க நடுநிலைக் குழு அமைத்துச் செயற்படல்.

4. தனித் தமிழ் நூல்கள் வழி மொழியை வளர்த்தல், அறிவியல் நூல்கள் வெளியிட்டு மக்களின் பல்வகை அறியாமையை நீக்குதல், இதன்வழி உலகத் தமிழரோடு பிற நாட்டவருடனும் தொடர்பு கொள்ளல்.

5. சாதியத்தை ஒழிக்கும் வகையிலும் அரசியல், பொருளியல் துறைகளில் மக்கள் ஏமாற்றம் அடையாதவாறு விழிப் பூட்டுதல்.

6. மேலே குறிப்பிடப்பட்ட கொள்கைகள் கெடாத வண்ணம் தொடர்ந்து செயற்பட நிலையான அமைப்பை ஏற்படுத்தி உழைப்புள்ளம் கொண்ட அறிஞரைப் பங்கேற்கச் செய்தல்.

மாதத்திற்கு இரண்டு இதழ்கள் கால அளவில் வெளியிடப் பட்ட தென்மொழி 15 இதழ்களுடன் இடை நின்றது. குறைந்த முதலீட்டினாலும் பொருளியல் நலிவினாலும் விளம்பரம் முதலான வருவாய் இல்லாததாலும் பாவலரேறுவினால் இதழைத் தொடர்ந்து நடத்த இயலாமற் போனது. அந்தப் பதினைந்து இதழ்களில் இலக்கியம் - இலக்கியத் திறனாய்வு குறித்துப் பதினெட்டுக் கட்டுரைகளும், மொழி வளர்ச்சிக் குறித்து 21 கட்டுரைகளும், வரலாறு குறித்து 5 கட்டுரைகளும், அரசியல் குறித்து 7 கட்டுரைகளும் என 53 ஆக்கம் நிறைந்த கட்டுரைகளும், இயற்கை, குழந்தைகள் பற்றிய பாடல்கள், காதல் பாடல்கள், அரசியல் குறித்த பாடல்கள், மொழியாக்கப் பாடல்கள், புது முறைப் பாத் தொடரிலக்கியங்கள் என 72 பாக்களும் வெளி வந்தன. மேலும், நூற் சுருக்கம், சிறுகதைகள், நாடகங்கள் என

அனைத்துத் துறைகளும் நிரம்பிய முழுமை பெற்ற இதழாகத் தென்மொழி மிளிர்ந்தது. (*தென்மொழியின் தொண்டு, ப. அருளி, ப.* 15-16, 1993)

மீண்டும் துடிப்புடன் வெளிவந்த தென்மொழி

பொருட் செல்வத்தின் குறைவினால் இடைநிறுத்தம் செய்யப்பட்ட தென்மொழியைத் தமிழர்கள்மேல் வைத்த நம்பிக்கை யினாலும் கொள்கையைத் தொடர்ந்து செயற்படுத்த வேண்டும் என்ற உந்துதலினாலும் மீண்டும் கொண்டு வந்தார். தென்மொழி புதுப் பொலிவுடன் 14.02.1963 முதல் மீண்டும் வெளிவரத் தொடங்கிற்று. இதழின் சிறப்பாசிரியராக மொழி ஞாயிறு பாவாணர் அவர்களும், பொறுப்பாசிரியராகப் பாவலரேறும் பொறுப்பு ஏற்றனர்.

பொருள் குறைபாட்டால் நசிவுற்று மீண்டு வந்த தென் மொழி முன்பைவிட வீரியமுடன் செயல்படத் தொடங்கிற்று.

இந்தித் திணிப்பை எதிர்த்து உரிமைக் குரல் கொடுக்கத் தமிழக மக்களுக்கு அறைகூவல் விடுத்து, இந்தியத் தலைமை அமைச்சர் திரு. இலால்பகதூர் சாத்திரிக்கும், தமிழக முதல்வர் திரு. பக்தவச்சலத்திற்கும் கட்சிச் சார்பின்றி மடல்கள் எழுதி அனுப்பவும் அக்கடிதத்தின் ஒரு படி தென்மொழியின் கடலூர் முகவரிக்கும் அனுப்பி வைக்குமாறு தமிழ்க் கழகங்கள், மன்றங்கள், தமிழ்ப் புலவர்கள், ஆசிரியர்கள் மாணவர்கள் பெற்றோர்கள் தமிழ்நலம் காக்கத் துடிக்கும் அனைவருக்குமான அறிவிப்பாக வெளியிட்டது. எதிர்ப்புக் கடிதத்தில் இடம்பெற வேண்டிய அறிக்கையையும் தென்மொழியில் வெளியிட்டு ஆங்கிலத்திலும் தமிழிலும் படி எடுத்து அனுப்புமாறு வேண்டுகோள் வைத்தது. பாவலரேறு வெளியிட்ட அறிக்கை பின்வருமாறு அமைந்தது.

அரசியல் சாராத நடுநிலையாளர் தம்
இந்தி எதிர்ப்பின் உரிமைக்குரல்!

பெறுநர்,

இந்திய அரசின் தலைமைப் பொறுப்பாளரே!

வணக்கம். நாங்கள் விருப்பமின்றியே உங்கள் ஆளுகைக்குட்பட்ட தென்னகம் வாழ் மக்கள். அத்துடன்

நாங்கள் எவ்வகையான அரசியல் கொள்கையும் சாராத நடுநிலையாளர்கள்; எங்கள் மொழியையும் பண்பாட்டை யும் எங்கள் உயிரினும் மேலாக மதிப்பவர்கள். மொழி வழியாகவும் அரசியல் வழியாகவும் வருகின்ற அடிமை வாழ்வை வெறுப்பவர்கள்.

அண்மையில் தங்களால் கொண்டு வரப் பெற்ற இந்தி மொழித் திணிப்பு என்னும் வலிந்த, விடாப்பிடி யான, பிறர் நலங் கருதாத, இரக்கமற்ற ஒரு கொள்கை யால், இன்றைக்கும், இனி என்றைக்கும் ஊறு செய்யப் பட்டவர்கள். எங்கள் நல்வாழ்வும், உரிமை வாழ்வும் நீங்கள் திணிக்கின்ற இந்தி மொழியால் கெடும் என்று நாங்கள் திட்டமாய் நம்புகின்றோம். இந்திய ஒருமைப் பாட்டுக்கும் இச்செயல் உகந்ததும் அன்று என்று உறுதி யாகக் கூறுகின்றோம். இவ்விந்தித் திணிப்பால் நீங்கள் எதிர்பார்க்கின்ற நன்மை கடுகத்துணையும் ஏற்படப் போவதில்லை.

ஆதலால் எங்கள் ஒரு முகமான குரலை, எங்களுக்குள்ளே உரிமையின் பெயரால், உங்களிடத்தில் கூறிக் கொள்ள விரும்புகின்றோம். எங்கள் விருப்பமின் றியே நீங்கள் எங்கள்மேல் வலிந்து திணிக்கின்ற இந்தி மொழியை நாங்கள் துளியும் விரும்பவில்லை என்று உங்களுக்கு இதன்வழி உணர்த்திக் கொள்ளுகின்றோம். இவ்வேண்டுகோளைப் புறக்கணித்து மேன்மேலும் அவ்விந்தி மொழி எங்கள்மேல் திணிக்கப்பட்டு, எங்கள் உரிமைக்குக் கேடு செய்யுமானால், அதனால் எங்கள் உள்ளங்களில் கிளர்ந்து கொண்டிருக்கின்ற வெறுப்புக்கும், மறுப்புக்கும், எதிர்ப்புக்கும் இவ்வரசு தலை கொடுக்க வேண்டியிருக்கும் என்றும் முன்னடியாகக் கூறிக் கொள்ள விரும்புகின்றோம்.

இதற்காவன செய்வீர்கள் என்று நம்புகின்றோம்.

இப்படிக்கு
உங்கள் அரசியல் திறமையிலும்
முன்னறிவுத் திறத்திலும் நம்பிக்கையுள்ள
தென்னகக் குடிமக்கள்.

என்று இதன் மொழிபெயர்ப்பை ஆங்கிலத்திலும் இணைத்து வெளியிட்டார். அதன் ஆங்கில மொழிபெயர்ப்பு பின்வருமாறு-

Voice raised against Hindi from the South by Non & political people

To,
The Head of Government of India.

  We beg to tell you that we are people from the south who are unwillingly subject to your domination. We are not party & people professing particular doctrines of any political party. Nor arre we sympathizers such political parties. We are the general public. We are proud of our Language and culture, and we value them more than our lives. We do not want to lead the life of slaves, being subjected to linguistic and political domination.

  We are a great deal harmed, and will be harmed still more, by the recent Hindi policy of the Government. Which we look upon as an arbitrary, obstinate inconsiderate and merciless one, We firmly believe that Hindi is dangerous to our welfare and freedom. We would, with convication, say that this policy of force is not good for the National and Emotional integration of which you so highly speak. We are certain that you can never achieve what you aim at by forcing Hindi on us directly of indirectly against our wishes.

  Hence, we from the South join together and, in the name of our political rights, raise our unanimous voice against Hindi. We want to impress on you most deeply that we in the south have no inclinationat all for Hindi which you so arbitrarily and despotically compel us to learn, and that you are incurring our bitterness and displeasure on this account. If you ignore this earnest and genuine request of ours and go on with your scheme, and try to deprive us of our most cherished freedom, we warn you that your leadership will create unnecessary hatred in us, and will soon have to meet with our unanimous remonstrance and resistance. Hope you will do what is needed,

Yours truly,
People of the South who believe in
your political wisdom and forethought.

  பாவலரேறுவின் வேண்டுகோளை ஏற்று, ஐம்பதினாயிரம் மடல்கள் எழுதி அனுப்பப் பெற்றன. இதழ்களின் வரலாற்றில் தென்மொழி உண்டாக்கிய மாபெரும் அதிர்வலைகளுள் இதுவும் ஒன்றாகும். தென்மொழி இதழானது இயக்கமாக கட்டமைக்கப் பெற்றது. அதற்கென கொள்கைகள் வரையறுக்கப்பட்டன. 'தென்மொழிக் கொள்கைச் செயற்பாட்டு மாநாடு' என்கிற தலைப்பில் தமிழக விடுதலை மாநாடும் நடத்தப்பெற்றன.

தென்மொழியின் பல்வேறு பணிகள்

எழுத்துக்கான களமாக விளங்கிய தென்மொழி பல்வேறு ஆக்கப்பூர்வமான செயல்பாடுகளையும் முன்னெடுத்தது. அவற்றுள் குறிக்கத்தக்கது செந்தமிழ்ச் சொற்பிறப்பியல் பேரகரமுதலித் திட்டம் ஆகும். தமிழின் தொன்மை - மேன்மை - பழமை - உலகிற்கு அளித்துள்ள கொடை - உலகம் பரவிய தமிழின் வேர் என்பனவற்றை உலகோர் அறிந்துகொள்ள வகைச் செய்யும் அகர முதலியை உருவாக்க வல்லப் பாவாணரின் ஆழ்ந்த புலமையைத் தமிழக அரசு பயன் கொள்ளத் தவறியது. அரசால் அத்திட்டத் திற்குப் பயனில்லை என்பதை உணர்ந்த பாவலரேறு, 1970 திசம்பர் இதழில் - செந்தமிழ்ச் சொற்பிறப்பியல் பேரகரமுதலி உருவாக்க வெளியீட்டுத் திட்டத்தை அறிவித்தார். அதற்காக 27 பக்க அளவில் அறிக்கையும் வெளியாயிற்று. அதன்படி திட்ட உறுப்பினராக விரும்புவோர் ஒவ்வொரு மாதமும் ரூ.10/- பாவாணருக்குத் தொடர்ந்து ஐந்தாண்டுகள் அனுப்ப வேண்டு மென்று அறிவிக்கப் பெற்றது. அதன்படி 206 பேர் உறுப்பின ராகச் சேர்ந்து மாதந்தோறும் ரூ. 10/- என்ற அளவில் அனுப்பினர். அந்தத் தொகையின்மீது கட்டி எழுப்பப்பட்டதே செந்தமிழ்ச் சொற்பிறப்பியல் அகர முதலித் திட்டமாகும். அதற்கான அடித் தளத்தை அமைத்துத் தந்தது தென்மொழியேயாகும்.

இவை மட்டுமன்றி, பாவாணர் நலிவுற்றிருந்த பொழுதும், பன்மொழிப் புலவர் கா. அப்பாதுரையார் நலிவுற்ற வேளை யிலும், தென்மொழி அந்த அறிஞர்களுக்குத் துணை நின்றது. தென்மொழி உறுப்பினர்களிடம் அவர்களுக்காகப் பரிந்து பேசி அவர்களின் நசிவை மாற்ற முயற்சிகள் மேற்கொண்டது.

பாவேந்தர் பாரதிதாசன் அவர்களின் மறைவுக்குப் பின் வாடிய அவருடைய குடும்பத்திற்கு 'பாவேந்தர் குடும்ப நலக் கொடை' என்று அறிவிப்பு செய்து நன்கொடை பெற்றுத் தந்தது. ஆக தென்மொழி கருத்தளவில் எவ்வளவு தீவிரத் தன்மையுடன் விளங்கியதோ அதே அளவு செயலாற்றுவதிலும் தம் தீவிரத் தன்மையை வெளிப்படுத்தியது.

தென்மொழி தீவிர மொழிப் பற்றுடன் செயலாற்றியது. அதனுள் இடம் பெற்ற கட்டுரைகள், பாக்கள், படைப்புகள்

இதழாளர்

யாவும் பிறமொழி கலவாத தனித் தமிழ் மொழியில் அமைந்தன. கருத்துகள் யாவும் மொழி, இன நலனுக்கு உகந்தனவாகவே அமைந்தன. இதில் படைப்பாளர்களாகவும், கட்டுரை ஆசிரியர்களாகவும் செயல்பட்டவர்களும் மொழித் தூய்மையில் சற்றும் தளராமல் வினையாற்றினர். தென்மொழி - பாவலரேறுவின் வெற்றி, இதனைப் படித்த அனைத்து நல்லுள்ளங்களிலும் தனித்தமிழின் உணர்வை, மொழி ஈடுபாட்டை எளிதாகக் குடியேற்றம் செய்தது ஆகும்.

என்மொழியை என்னினத்தை மாற்றானிடம்
இட்டுவிட்டுச் சோம்பிவிட உள்ளம் இசையேன் - அவன்
எடுத்தெறியும் காசுக்கிரு கைகள் பிசையேன் - என்
தென்மொழியை கண்ணொளியை மூச்சுயிர்ப்பைச் சாகும்வரை
தேர்ந்த உயிர்த் தொண்டெனவே ஆற்றிவருவேன் - வாழ்வு
தீர்ந்துவிடின் வேற்றுடலம் மாற்றி வருவேன்!

என்ற வரிகள் தென்மொழியின் மீது பாவலரேறு கொண்டிருந்த பற்றின் - ஈர்ப்பின் வெளிப்பாடாகும். அவ்வாறே தாம் இவ்வுலக வாழ்வை முடிக்கும் வரை தென்மொழியைச் செம்மையுடன் நடத்தினார். பல்வேறு இன்னல்களுக்கிடையேயும் தென்மொழி இடையறாமல் வெளிவர வேண்டுமென்பதில் தீவிரமாக இருந்தார். ஊடகத்தின் வலிமை - கடமை போன்றவற்றை நன்கு உணர்ந்த பாவலரேறு, தென்மொழியை அதன் சரியான விசையில் செலுத்தினார். தென்மொழியில் வெளியிடப்பட்ட கட்டுரைகளும், பாக்களும் சமகால சமூகத்தின் வெளிப்பாடாக அமைந்தன.

உள்ளமோ ஓட்டைப் பானை
உணர்வெலாம் அணைந்த கொள்ளி
கள்ளமும் கரவும் போட்டுக்
கயமையைக் கலந்து பொங்கி
எள்ளலும் இழிவும் சேர்த்தே
இகழெனும் இலையி லிட்டுக்
குள்ளமும் குருடும் கூடிக்
குதித்திடல் 'பொங்கல்' ஆமோ?

என்ற பாடல் 1965 சனவரி பொங்கல் இதழில் வெளியான பாடலாகும். தமிழர்கள் தங்களின் இன நலத்தைப் பற்றிக் கவலைப்படாமல் விழாக்கள் கொண்டாடுவதில் குறிக்கோளாய்

இருப்பதைக் கண்டித்து எழுதப்பட்ட பாடலாகும். இஃதன்றி பாவலரேறுவின் கனிச்சாறு பாத் தொகுப்பில் அமைந்துள்ள பாடல்களில் பெரும்பான்மையான தென்மொழியில் வெளியானவை ஆகும். அருபருவத் திருக்கூத்து, கற்பனை ஊற்று, பாவியக் கொத்து, எண்சுவை என்பது போன்ற தனி இலக்கியங்கள் தென் மொழியில் முதலில் வெளியான பின்னர், தனி நூல்களாக ஆக்கம் கண்டன.

தமிழுக்கும் தமிழர்க்கும் எதிராக நடந்தேறும் நிகழ்வுகளைக் கண்டிப்பதற்குத் தென்மொழியின் ஆசிரியவுரைப் பகுதியை வாகாகப் பயன்படுத்தினார் பாவலரேறு. வீணான போற்றி உரைகள், பயன்தராத பாடல்கள், கட்டுரைகள் என்பன விலக்கப் பட்டன.

திரைப்படத்தின் தாக்குரவு தென்மொழியில் தலைகாட்டா வண்ணம் பார்த்துக் கொண்டார் பாவலரேறு. அவர் மறைவுக் காலம் வரை வெளியான இதழ்களில் பூம்புகார், காதலிக்க நேரமில்லை, கிழக்கே போகும் இரயில், உதிரிப் பூக்கள் என்னும் நான்கு திரைப்படங்களுக்குத் தமிழிய உணர்வுடன் கலந்த ஆக்கப்பூர்வமான விமரிசனம் வெளியானது. பாவலரேறு வின் மறைவுக்குப் பின் 'தவமாய் தவமிருந்து' என்ற ஒரே ஒரு தமிழ்த்திரைப்படத்திற்கு மட்டுமே திரைப்பட விமரிசனம் தமிழ் உணர்வுகளின் பிரதிபலிப்பாக அமைந்தது.

தென்மொழி விளைவித்த தாக்கங்கள்

தனித் தமிழை வளர்த்தெடுக்க வேண்டுமென்ற ஒற்றைக் குறிக்கோளை முன்வைத்து தொடங்கப்பெற்ற தென்மொழி, அதன் அப்பழுக்கற்ற தொண்டினால் அப் பணியில் பெரும் வெற்றியடைந்தது. அந்த வெற்றியின் முதல் நிலையாக, தென் மொழிக்கென மிகப்பெரிய தொண்டர் இயக்கமே உருவாக்கம் அடைந்தது. அதன் வழி தென்மொழியில் கொள்கையின்பால் ஈர்க்கப்பட்ட பெருங்கூட்டம் தனித்தமிழ்க் கொள்கைகள் பரவு வதற்குத் தன்னிச்சையான செயல்பாடுகளை மேற்கொண்டனர்.

''தனித் தமிழுணர்வு மக்களிடம் பரவத், தென்மொழி மிகவும் தொண்டாற்றியது. தென்மொழியின் தூய தமிழ்ப் பணி யால் தமிழர்கள் தனித்தமிழ் உணர்வு பெற்றனர். பல ஊர்களி

லும் அவர்கள் தனித்தமிழ் மன்றங்களையும் அமைப்புகளையும் ஏற்படுத்தி அந்தந்த ஊர் மக்களிடையேயும் மாணவர்களிடையேயும் விழிப்புணர்வை ஏற்படுத்தினர். தென்மொழியின் தாக்கத்தினால் தனித்தமிழிலேயே நடத்தப்பெறும் வகையில் பல சிற்றேடுகள் தோன்றின. மக்களிடையே பிறமொழிக் கலப்பின்றிப் பேசும் எழுதும் பழக்கம் ஏற்பட்டது. தங்கள் பெயர்கள் பிற மொழியில் இருந்தால் அவற்றைத் தமிழில் மாற்றிக் கொண்ட நிகழ்வுகள் நிறைய நடந்தன. அவர்களுக்கு உதவும் வகையிலும் பெயர் மாற்றத்தை ஊக்குவிக்கும் வகையிலும் தென்மொழி பெயர்மாற்றப் படிவத்தையும் அதற்குச் செய்ய வேண்டிய நடைமுறைகளையும் வெளியிட்டு வழிகாட்டல் செய்தது. (கி. குணத் தொகையன், தனித் தமிழின் நோக்கும் போக்கும், ப. 147)

எது தூய தமிழ் எது வட மொழி, எது பிற மொழி என்கிற தெளிவில்லாமல் குழப்பத்திலிருந்த தமிழர்க்குத் தூய தமிழ் எது என்கிற தெளிவான வழிகாட்டிக் கையேடாகத் தென்மொழி விளங்கியது. அதில் எழுதப்பெற்ற கட்டுரைகள், படைப்புகள் யாவும் தூயதமிழில் அமைந்திருந்தமையால் தூயதமிழ் விழிப்புணர்வை இயல்பாகவே ஊட்டின.

அரசியல், மேடைகள், கல்விப் பணி, சமூக நலப் பணி, இல்லங்கள், பிற இடங்களில் பேசுவதற்கு வாய்ப்பு நேரும் போதெல்லாம் தூயதமிழிலேயே தங்களின் பேச்சுகளை அமைத்துக் கொண்டனர். இலக்கியப் படைப்பாளிகளிலும் தங்களின் இலக்கியங்களில் பிறமொழி தலைக்காட்டா வண்ணம் மிகுந்த எச்சரிக்கையுடன் தூயதமிழைப் பயன்படுத்தத் தலைப்பட்டனர். ஆங்காங்கே தனித்தனியாக இயங்கிய தனித்தமிழார்வலர்கள் இயங்களை மன்றங்களைக் கட்டியெழுப்பவும் தலைப்பட்டனர். அதன்மூலம் எண்ணற்றப் பொதுமேடைகளை அமைத்து தூய தமிழ் மேன்மைகளை அனைத்துத் தரப்பு மக்களிடையேயும் கொண்டு சேர்த்தனர். இந்தி எதிர்ப்புணர்வின் போது மாணவர்களிடையே மொழியைக் காக்க வேண்டுமென்ற பேரார்வம் எழும்பி மிகப்பெரிய தாக்கத்தை இந்திய வரலாற்றில் பதித்தது. அந்த இந்தி எதிர்ப்புணர்வின் மாணவ எழுச்சிக்குத் தென்மொழி ஒரு தூண்டுகோலாய் அமைந்தது. இந்தி எதிர்ப்புணர்வை வீறு கொண்டெழச் செய்யும் கருத்தாழமிக்க எண்ணற்ற பாடல்களைத்

தாங்கியே தென்மொழி வெளியிடப்பட்டது. அந்தப் பாடல்கள் யாவும் எதனை முன்வைத்துப் பாடப்பட்டனவோ அந்தக் குறிக் கோளை முழுதுற வெற்றியடைய செய்தது. ஆகவே, தென் மொழியின் குறிக்கத்தக்க வெற்றியில் ஒன்று இந்தித் திணிப்பு எதிர்ப்புணர்வினை அளவுகோளாகக் கொண்டு அளக்கலாம்.

வாழ்வியல் மாற்றம்

தென்மொழி ஏற்படுத்திய தாக்கம்/அதிர்வுகளில் குறிக்கத் தக்க மற்றொன்று, இல்லச் சடங்குகளை தமிழில் நடத்துவதற் கான தூண்டுகோளை அளித்ததாகும். தமிழர்கள் தங்களின் வழி பாடுகளைக் குறிப்பிட்ட சமூகத்தினரின் வழியாக, தமக்குப் புரி யாத மொழிகளில் காலந்தோறும் நடத்தி வந்தனர். தென்மொழி யின் வீரியமிக்கக் கட்டுரைகள் வடமொழியில் அருச்சுனைகள் நிகழ்த்தப்படுவதையும் எதிர்த்துக் குரல் எழுப்பியது. அதன் விளைவாக, வாழ்வியல் சடங்குகளையும் இறை வழிபாடுகளை யும் தமிழிலேயே நிகழ்த்த வேண்டுமென்ற தூண்டுதல் மக்கள் இடையே எழுந்தது. அதன் விளைவாக, பக்தியின் மொழி என்று தமிழைப் பெயரளவில் கூறிவந்த நிலைமாறி செயல்பாட் டின் வழியாக அது உறுதிபடுத்தப்பட்டது. எந்தவொரு புரட்சியையும் சீர்திருத்தத்தையும் வெளிப்படுத்துவதோடல்லா மல் செயலிலும் நிலைநிறுத்திக் கொள்ளுகின்ற பாவலரேறு தம்முடைய இல்லத் திருமணங்களைத் தாமே தமிழில் முன் னின்று நடத்தினார். அதோடு தென்மொழியின் கருத்துகளால் ஈர்ப்புண்ட அன்பர்களின் இல்லத் திருமணங்களையும் தாமே முன்னின்று தமிழில் நடத்தி வைத்தார்.

ஆண்டு - திங்கள் - கிழமை

கருத்துக்கொவ்வாத, பொருளில்லாத எண்ணற்றக் கதைகள் பலவாறு தமிழில் புகுத்தப்பட்டுள்ளன. அவ்வாறான கதைகளில் ஒன்று ஆண்டு குறித்ததான கதையாகும். ஆண்டுகளை அறுபதாகப் பிரித்து ஒவ்வோர் ஆண்டையும் தொடர்புபடுத்தி கூறப்பட்ட கதைகளை நம் முன்னோர் எளிதில் நம்பி ஏற்றுக் கொண்டனர். அதே போன்று தமிழர்களின் புத்தாண்டு சித்திரை முதல் நாளே என்றும் நம்ப வைக்கப்பட்டனர். மறைமலையடிகள் போன்ற தமிழாய்வறிஞர்களும், பாவேந்தர் போன்ற பாவலர்களும்

தமிழர்களின் புத்தாண்டுத் தொடக்கம் தை முதல் நாளே என்கிற கருத்தை முன்வைத்து எழுதியும் பேசியும் வந்தனர். இவர்களின் உயர்ந்த அந்தக் கருத்துகளை மக்களிடையே கொண்டு சேர்த்த தில் தென்மொழிக்கு அளப்பரிய பங்குண்டு. அவ்வறிஞர்களின் கருத்துகளை தொடர்ந்து பரப்புரைச் செய்து வலுச் சேர்த்தது. அது மட்டுமின்றி திருவள்ளுவர் ஆண்டை தமிழர்களுக்கு அறிமுகம் செய்து வைத்து, அதனைத் தொடர்ந்து பின்பற்றுவதற்கு, வழி வகை ஏற்படுத்தியது.

சித்திரை, வைகாசி எனத் தொடங்குகின்ற திங்கள் பெயர்களே தமிழ்ப் பெயர்கள் என்கிற தவறான புரிதலைப் போக்கியதில் தென்மொழிக்குப் பெரும் பங்குண்டு. அவற் றுக்குப் பதிலாக சுறவம், ஆடவை எனச் சரியான தமிழ்த் திங்கள் பெயர்களை தென்மொழியில் குறிப்பிட்டது.

நாட்களில் புதன், சனி என்பனவற்றை முறையே அறிவன், காரி என்று தமிழ்ப்படுத்தி அறிமுகப்படுத்தியது. தென்மொழி அறிமுகப்படுத்தி ஆண்டு, திங்கள், கிழமைகளின் தமிழ்ப் பெயர் கள் தனித்தமிழ் அன்பர்களால் இன்றும் தொடர்ந்து வருகின் றமை குறிக்கத்தக்கது. தென்மொழி இது போன்ற எண்ணற்ற தாக்கங் களைத் தமிழுலகில் அழுத்தமாகப் பதித்தது. தமிழில் திட்டம் இட்டுக் குழப்ப நிலை உருவாக்க எண்ணியவர்களின் சதிகளைத் தென்மொழி வீறுடன் எதிர்த்து நிர்மூலமாக்கியது. தனித் தமிழ் என்றால் எது என்கிற தெளிவான வரையறைக்குத் தென்மொழி சான்றாக நின்றது. தனித்தமிழ் இதழ் எவ்வாறு அமைய வேண்டுமென்பதற்கு இதுவே மிகச் சரியான அளவுகோளாகவும் மிளிர்ந்தது. கருத்துகளை மட்டுமே தாங்கி வருகின்ற கருவியாக இல்லாமல் பல்வேறு திட்டங்களை நடத்திக் காட்டி, கொள்கை களையும் செயல்பாடுகளையும் சம நிலைப்படுத்திக் கொண்டது.

''பிற நாட்டினரால் உருவாக்கப்படும் புதிய புதிய கண்டு பிடிப்புகள், அறிவியல், செய்தித் தொடர்பு, மருத்துவம், பொறி யியல், தொழில் நுட்பம் முதலான பல துறைகளிலும் உண் டாகும் புதிய புதிய கருத்துகள்; கோட்பாடுகள், அருஞ்செயல் கள் முதலானவற்றைத் தமிழில் பெயர்க்கவும் புதிய கலைச் சொற்கள் தமிழில் உருவாகவும், தென்மொழியால் வாய்ப்புகள் ஏற்பட்டன. எனவே, தமிழில் சொற்களஞ்சியப் பெருக்கம்

ஏற்பட்டது. இதனால் எந்த உயர் படிப்பையும் தமிழில் தர முடியும் என்ற நம்பிக்கை ஏற்பட்டது. பல துறைகளிலும் உள்ள அறிஞர்களின் படைப்புகளைத் தென்மொழி வெளியிட்டதன் வழிப் பல்வேறு துறைகளிலும் உள்ள அறிஞர்கள் தத்தம் துறைகளின் புதுமைச் செய்திகளைத் தனித்தமிழில் தர அவர்களுக்குத் தென்மொழி ஊக்கமும் தூண்டுதலும் ஊட்டியது (*கி. குணத்தொகையன், தனித்தமிழின் நோக்கும் போக்கும், ப.* 150).

தென்மொழியின் தாக்கம் குறிப்பிட்ட கால எல்லையுடன் நின்று விடாமல் இன்றும் தொடர்ந்து கொண்டிருக்கிறது. தென்மொழியின் கொள்கையால் ஈர்க்கப்பட்டவர்கள் தங்கள் சூழ்நிலைக்கேற்றவாறு அதனைப் போற்றிப் பரப்பியும் வருகின்றனர். இந்த அன்பர் குறிப்பிட்ட துறை என்றில்லாமல் அனைத்துத் துறைகளிலும் நீக்கமற நிறைந்துள்ளனர் என்பது குறிக்கத் தக்கது ஆகும். தனித்தமிழ் இயக்கத்திற்கென பிற இதழ்கள், அளித்த பங்களிப்பை விடவும் தென்மொழி ஏற்படுத்திய தாக்கம் மிகப் பெரியதாகும்.

‘தென்மொழி’ இதழ் குறித்துப் பிற இதழ்கள்

தென்மொழி வெளிவந்த சமகாலத்தில் தமிழில் பல இதழ்கள் வெளியாயின. அவ்வாறு வெளியான பல இதழ்கள் தென்மொழியின் மேன்மைதகு பணியை வெகுவாகச் போற்றிப் பேசின.

“தென்மொழி, ஆழ்ந்த துயிலிற் கிடக்கும் தமிழ் மக்களைத் தட்டி எழுப்பி உணர்ச்சியூட்டும் தன்மையில் தனக்குத்தானே நிகரானது. எல்லா வகையானும் சாலச் சிறந்த இதனை வரவேற்கிறோம்” என்று செந்தமிழ்ச் செல்வி போற்றியது (*செந்தமிழ்ச் செல்வி, சிலம்பு* 24, *பரல்* 2 1969).

விடுதலை நாளிதழில் (21.04.1960) குத்தூசி அவர்கள் மத வெறியையும், சாதி வெறியையும் தாக்கி உடைக்கும் சரியான தமிழ்க் கோடரி என்று கூறி, முத்தமிழ் வளர்ச்சிக்காக - தனித்தமிழ் வளர்ச்சிக்காக - தன்மான உணர்ச்சிக்காக - பகுத்தறிவு வளர்ச்சிக்காக - நீ செய்யும் தொண்டு வீணாகாது என்று தென்மொழி ஏடே உன் ஆசிரியர் பெருஞ்சித்திரனாரிடம் சொல்வாயா?” என்று தென்மொழியையே தூதாக்கினார்.

'தமிழ் வளர்ச்சிக்குப் பாடுபடும் மொழித் துறைத் தகுதிவாய்ந்த தனித்தமிழ்த் தாளிகை என்று சிங்கப்பூர் தமிழ் முரசு நாளேடு (13.09.1950) புகழ்மாலை சூட்டிற்று "தென் மொழியைப் பேணிக்காப்பது தமிழ் மக்களின் கடமை" என்று நவ இந்தியா நாளேடும், "தன்மொழிக்கும், பிற மொழிக்கும் வேற்றுமை தெரியாது தன் மொழியென எண்ணிப் பிற மொழியைப் போற்றித் தமிழ் மொழியை அழித்து வரும் இழிநிலையில் கிடந்துழலும் தமிழ் மக்களுக்குத் தூய தமிழைத் துலக்கிக் காட்ட மலர்ந்திருக்கும் தென்மொழி தமிழரின் மாமருந்து" என்று 'பகுத்தறிவு' எனும் திங்களிதழ் (1963) மகுடம் சூட்டியது.

எந்த நோக்கினை முன்வைத்துத் தென்மொழி தொடங்கப் பட்டதோ, எம்முறையில் அதன் கட்டமைப்பு அமைய வேண் டும் என்று பாவலரேறு விரும்பினாரோ, அந்த அடிப்படை அவர் மறைவுக்குப் பிறகும் வழுவாமல் கடைப்பிடிக்கப்பட்டு வருகின்றது. தனித்தன்மை மாறாமல் 50 ஆண்டுகளுக்கு மேலாக ஓர் இதழ் வெளியிடப்படும் பெருமை தென்மொழிக்கே உரியது. தென்மொழிதான் அட்டையில் பாடல்களை வெளியிட்டுப் புதுமை செய்தது. தொடக்கத்தில் பாவலரேறு அவ்வக்காலத் தேவைக்கு ஏற்ப பாக்கள் புனைந்தார். அவரின் பாடல் அட்டையை அணி செய்தது. பாவலரேறுவின் மறைவுக்குப்பின் திருக்குறள்மணி இறைக் குருவனார் அவர்களும், அவரின் மறைவுக்குப்பின் சொல்லாய்வறிஞர் அருளியார் அவர்களும் அட்டையில் இடம் பெறும் பாடலினைப் புனைந்து வருகின்றார். உள்ளட்டையில் பாவலரேறுவின் பாடல் தொடர்ந்து இடம் பெற்று வருகின்றது. நுட்பமான மொழி ஆய்வுடன் குறிப்பிடத் தக்கக் கட்டுரைகள் வெளிவருகின்றன. உள்ளார்ந்த நிலையில் மொழி, இனப் பற்றுக் கொண்ட தமிழ் அறிஞர்கள் தொடர்ந்து தென்மொழியில் பங்களிப்புச் செய்து வருகின்றனர்.

தமிழ்ச் சிட்டு

இலக்கியமானாலும் வேறு எந்தப் படைப்பாயினும் யாவருக்குமானதாக அமைய வேண்டுமென்ற பேரவா கொண்ட வர் பாவலரேறு. ஆகவே, தென்மொழியின் வாயிலாக வளர்ந்த தலைமுறையினர்க்குத் தமிழுணர்வூட்டியதைப் போன்று இளந்

தலைமுறையினரும் தமிழுணர்வும், மொழியாற்றலும் பெற வேண்டுமென்ற விழைவின் வெளிப்பாடாகத் தமிழ்ச்சிட்டு என்னும் பெயரில் சிறுவர்களுக்கான இதழினைத் தொடங்கினார். தமிழ்ச்சிட்டு முதலில் 'தேன்கூடு' என்ற பெயரில் வெளியிட எண்ணி, விளம்பரம் வெளியிடப்பட்டது. ஆனால் இதழ்ப் பதிவு நிலையில் தமிழ்ச்சிட்டு என்ற பெயரில் பதிவு கிடைத்து வெளியிடப்பட்டது.

பாவலரேறு தம்முடைய நேர்காணல் ஒன்றில், தமிழ்ச் சிட்டு எந்தப் பின்னணியில் தொடங்கப் பெற்றது என்ற வினாவிற்குப் பின்வருமாறு விடை பகர்ந்தார்.

> ''1959இல் தென்மொழி என்னும் தனித்தமிழ் இலக்கியத் திங்களிதழ்த் தொடங்கி, பின்னர் கல்லூரி மாணவர்களிடத்திலும் ஓரளவு கற்றவர்களிடத்திலும் மொழி, இலக்கியம், பண்பாடு, குமுக நிலை ஆகிய துறைகளில் அதன் கருத்துகள் நல்ல வரவேற்பைப் பெற்றன. எனினும் உயர்நிலைப் பள்ளி, தொடக்கப் பள்ளி மாணவர்களிடத்தில் அது பெருமளவு பரவ வில்லை. எனவே, அவர்களுக்கென்று தென்மொழியின் நடையில் சிறிது எளிமையும், இளம் மாணவர்களுக்குத் தேவையான கலை, அறிவியல், வாழ்வியல் கருத்து களைத் தாங்கிச் சிறுவர்கள் அறிந்துகொள்ளும் வகையிலும் தூய தமிழில் ஓரிதழைத் தொடங்க வேண்டும் என்று கருதினேன். அக்கருத்து 1965ஆம் ஆண்டு செயல் படத் தொடங்கி, தமிழ்ச்சிட்டு என்னும் இதழுருவில் வடிவம் பெற்றது.'' (*பொழிலன், பாவலரேறுவின் வாழ்க்கைச் சுவடுகள், ப.* 340).

இளையோர் மனத்தில் நற்கருத்துக்களையும் நல்லறிவையும் ஊட்டுவதற்கான பல்வேறு முயற்சிகளின் விளைநிலமாகத் தமிழ்ச் சிட்டு அமைந்தது. மாணவ மனம் எவ்வளவு கொள்ளுமோ, மாணவப் பருவத்திற்கு எவை தேவையோ அவற்றை அறிந்து அளவுடன் அளிக்க முற்பட்டுச் செயலாற்றியது. ஒரு குறிப்பிட்ட தடத்திலேயே நடந்திடாமல் அனைத்துத் துறைகளையும் உள்ளடக்கிச் சம அளவில் வெளிவந்தது.

தமிழ்ச் சிட்டு 1966 முதற்கொண்டு 1994ஆம் ஆண்டு வரை மொத்தம் 217 இதழ்கள் வெளியிடப்பட்டன. அரசினரால்

தென்மொழி தடை செய்யப்பட்டதால் 1975ஆம் ஆண்டில் செப்டம்பர் முதல் திசம்பர் வரையிலான தென்மொழி இதழ் தமிழ்ச்சிட்டின் வடிவில் தென்மொழியின் கருத்துகளைத் தாங்கி வெளிவந்தது. பள்ளிப்பறவைகள், செயலும் செயல்திறனும், இளமை விடியல், இளமை உணர்வுகள், கழுத அழுத கதை ஆகியவை தமிழ்ச்சிட்டு இதழில் தொடர்களாக எழுதப் பெற்று பின்னர் தனி நூல்களாக ஆக்கங்கொண்டன. பாவலரேறுவின் மறைவுக்குப்பின் சில ஆண்டுகள் வெளிவந்த தமிழ்ச்சிட்டு பின்னாளில் நின்று போனது இளையோர்க்குப் பேரிழப்பாகும்.

தமிழ் நிலம்

தென்மொழி, தமிழ்ச்சிட்டு என்னும் இரு இதழ்கள் ஏற்கெனவே பாவலரேறுவின் பெருமுயற்சியால் வெளிவந்து கொண்டிருந்தன. இந்நிலையில் அவ்விரு இதழ்களிலிருந்து முற்றிலும் மாறுபட்டு, அரசியல் நிலைகளுக்காகவே இதழ் ஒன்றைத் தொடங்க வேண்டுமென்ற பேரவா கொண்டார் பாவலரேறு. அதன்படி ‘அரசியல்’ என்னும் தலைப்பில் இதழ் கொணர எண்ணி அதற்கான அறிவிப்பும் வெளியிட்டார். ‘அரசியல்’ என்னும் தலைப்பில் கொணர முடியாமல் ‘தமிழ் நிலம்’ என்னும் பெயரைத் தாங்கி 07.11.1982 அன்று முதல் வார இதழாக வெளிவந்தது. 1981ஆம் ஆண்டு உலகத் தமிழின முன்னேற்றக் கழகம் தோற்றுவிக்கப்பட்டபோது அதற்குரிய இதழாகவே தமிழ் நிலம் வெளியிடப்பட்டது.

தமிழ் நிலம் உங்கள் இதழ்! உங்கள் சொத்து!
உங்களுக்கு உரிமை பெற்றுத் தரும் படைக்கலம்!
ஒவ்வோரிதழும் தமிழ்நில உரிமைக்கு ஒருபிடி
எருவாக உதவுதல் வேண்டும்

என்று தமிழ்நிலத்தில் உருவாக்கக் காரணத்தைப் பா வடிவில் வெளியிட்டார். அஃதன்றி உலகமெல்லாம் பரவியிருந்த தமிழர்கள் பொறுப்பாசிரியர் - உறுப்பாசிரியர் - புறப்பாசிரியர் - கட்டுரை ஆசிரியர் - செய்தியாசிரியர், விளம்பர குழுவினர், ஓவிய ஆசிரியர் என்ற வகையில் தமிழ் நிலத்தின் ஏற்றமிகு பொறுப்புகளைத் திறம்பட ஆற்றுவதற்கு பாவலரேறுவால் நியமிக்கப்பட்டு பட்டியல் வெளியிடப்பட்டது.

தமிழ் நிலத்தைப் பெரிய எண்ணிக்கையில் அச்சிட்டு, பரவச் செய்ய ஆர்வம் மிகுந்திருந்தார் பாவலரேறு. எனினும் போதிய அளவு பொருள்பலம் கொண்டிராத பாவலரேறுவால் இவ்விதழைத் தொடர்ந்து இயங்கச் செய்வதில் பெரும் சிரமம் ஏற்பட்டது. தொடக்கத்தில் எட்டு இதழ்களே தவறாமல் வெளி வந்தன. பின்னர் மாதத்திற்கு இரண்டு இதழாகவும், பின்னர் மாத இதழாகவும் வெளியானது. பல்வேறு நெருக்கடிகளுக்கு இடையிலும் எப்பாடு பட்டாகிலும் இதழை வெளியிட வேண்டுமென்ற பாவலரேறுவின் விடாப்பிடியான உள்ளத்திற்கு ஏற்ப அவரின் செயல்பாடுகளும் அமைந்தன. ஆனால் பாவல ரேறுவின் மறைவிற்குப்பின் சில இதழ்களோடு தமிழ்நிலம் நின்று போனது.

3. உரையாசிரியர்

தமிழ்மொழிக்குப் பெருமை சேர்க்கும் ஆக்கங்களில் தலையாயது திருக்குறள். பல அறிஞர்களால் பல்வேறு மொழி பெயர்ப்புகளைக் கண்ட ஒப்பற்ற நூல். எல்லா மதத்தவரும் திருக்குறள் தம் மத கருத்துகளையே வெளிப்படுத்துகிறது என்றும், அதனை ஆக்கிய திருவள்ளுவர் தம் மதத்துக்காரர் என்றும் உரிமை கோரும் வண்ணம் விளங்கும் நூல். இதுவரை நூற்றுக்கும் மேலான உரையாசிரியர்களால் உரை செய்வதற்கான தூண்டுதலை வழங்கியதை இதற்குரிய மற்றொரு பெருமையாகக் கருதலாம். ஆனாலும் திருக்குறளுக்கு அதன் ஆசிரியர் கூற வந்த முழுமை யான பொருளுடன் உரை செய்யப்பட்டுள்ளதா? அந்நூலாசிரி யன் மனத்தை உரைகள் சரியான வகையில் வெளிக்காட்டி உள்ளனவா? எனும் வினாவிற்குரிய விடை தென்படவில்லை. அவ்வினா அப்படியே நின்று கொண்டுள்ளது.

திருக்குறளுக்கான உரைகள் சற்றொப்பப் பத்தாம் நூற்றாண் டிற்குப் பிறகே அதாவது ஏறக்குறைய ஆயிரம் ஆண்டுகள் கழிந்த பின்பே எழுகின்றன. தருமர், தாமதத்தர், நச்சர், திரு மணியர், மல்லர், காளிங்கர், மணக்குடவர், பரிப்பெருமாள், பரிதியார், பரிமேலழகர் எனும் பதின்மர் உரை செய்ததாகக் கூறுவர். இவ்வுரைகளில் சரிபாதி கிடைக்கவில்லை என்ற கருத்துண்டு. கிடைக்கப்பெற்ற உரைகளில் பரிமேலழகர் செய்த உரையே சிறந்த உரையாக அறிஞர் பெருமக்களால் முன்வைக்கப் பட்டுள்ளது. பரிமேலழகர் உரை முழுவதும் வள்ளுவத்தை முன்வைக்காமல் இடையிடையே தம் ஆரியச் சார்பு கருத்துக் களைப் புகுத்தியுள்ளமை அவருடைய உரையின் குறைபாடே ஆகும். பின்னாளில் உரை செய்தோரும் முன்னவர்கள் செய்து அளித்த உரைகளில் சிற்சில மாற்றத்துடன் தம் பெயரில் வெளியிட் டனர். திருக்குறளுக்கு உரை செய்வதைத் தம் புலமையின் தரத்தைக் காட்டுவதற்கு ஏற்றதாகக் கண்டனர். இது தமிழுக்கும் திருக்குறளுக்கும் நேர்ந்த இழுக்காகும்.

திருக்குறளுக்குச் சென்ற நூற்றாண்டில் தோன்றிய புத்துரையாக மொழிஞாயிறு தேவநேயப் பாவாணர் செய்தளித்த 'திருக்குறள் தமிழ் மரபுரையைச் சுட்டலாம். பாவாணர் 'திருக்குறள் தமிழ் மரபுரை' எழுதுவதற்கு பரிமேலழகரின் உரையையே காரணமாகக் கூறுகிறார். 'பரிமேலழகர் உரை பெரும்பாலும் ஏனையுரைகளெல்லாவற்றிலுந் சிறந்ததென்பதும், சில உரைகட்கு ஏனையுரையாசிரியர் காண முடியாத உண்மைப் பொருளைப் பரிமேலழகர் நுண்மையாக நோக்கிக் கண்டுள்ளார் என்பதும் உண்மையே. ஆயின், பெறுதற்கரிய அறுசுவையரசவுண்டியில் ஆங்காங்குக் கடுநஞ்சு கலந்து படைத்துள்ள தொப்ப, உண்மைக்கு மாறானதும் தமிழுக்கும் தமிழர்க்குங் கேடு பயப்பதுமான ஆரிய நச்சுக் கருத்துக்களை, முதலும் இடையும் முடிவுமாக நெடுகலும் குறிக்கோளாகக் கொண்டு புகுத்தியிருப்பது, இவ்வுரையை நடுநிலையுடன் நோக்கும் எவர்க்கும் புலனாகாமற் போகாது இனிச், சில குறள்கட்கு முழுத்தவறாகவும், சில குறள்கட்கு அரைத் தவறாகவும் பொருள் கூறியுள்ளார். சில தென் சொற்களை வடசொல்லாகக் காட்டியிருப்பதுடன், சில சொற்கட்குத் தவறான இலக்கணவமைதியுங் கூறியுள்ளார். இனி இவ்வுரையைக் குறள் தொறும் பரிமேலழகருரையொடு ஒரே நோக்கினும், பலவிடத்துப் பல வகையில் திருத்தமும் வேறுபாடும் கண்டு இப்புத்துரையின் தேவையை உணரலாம் என்று பாவாணர் தாம் உரையெழுத ஏற்பட்ட உந்துதலை விளக்குகிறார் (*தமிழ் மரபுரை - ப.* 45).

பாவாணரின் உரையை மிகச் சிறந்த உரையென்று பாவலரேறு ஏற்றுக்கொள்வார். காரணம் அவர் தம்முடைய ஆசிரியர் என்பதனாலன்று. ஓர் உரையாசிரியன் என்போன் வரிக்கு வரி பொருள் கூறுபவனாக மட்டும் அமையாது, அந்நூல் எழுந்த காலத்தில் நிலவிய அரசியல், பொருளாதார, சமுதாய நிலைகளையும் உள்வாங்கியும், அக்கால மக்களின் வாழ்க்கை முறையோடு, வரலாற்று நிகழ்வுகளையும் நன்கு சீர்தூக்கி எழுத வேண்டும் என்று உரையாசிரியனின் தகுதியை வரையறுக்கிறார். அவ்வரையறைக்கு மிக சரியாகப் பொருந்துபவர் பாவாணர் என்றும் அவரின் மரபுரை மிகச் சிறந்தது என்றும் புகழ்ந்துரைத்துள்ளார். எனினும் சிற்சில இடங்களில் பாவாணரும் பரிமேலழகரை ஒட்டியே உரை செய்துள்ளதையும் குறித்துச் செல்கின்றார்.

மேலும் தம்முடைய நெஞ்சிற்கு மிகவும் நெருக்கமாக அமைந்த பாவேந்தர் பாரதிதாசனாரின் திருக்குறள் உரையும் பயனற்றது என்று கூறிய காரணத்தினால் பாவேந்தரின் திருக் குறள் உரை அச்சாகாமல் நின்று போனதும், அவ்வுரையில் புதிய செய்திகள் ஏதுமில்லை என்று பாவலரேறு கூறியதினாலேயே ஆகும். எனினும் பாவாணாரின் தமிழ் மரபுரையே சிறந்த உரை என்று நடுநிலையோடு தம் கருத்தைப் பதிவுசெய்தவர் பாவலரேறு.

ஆயினும் பரிமேலழகர் உரையின் புரைகளைப் பாவாணர் காட்டிய ஒருவகைப் பாங்கு ஓரளவு போற்றுதற்குரியதே என்க. அது, திருக்குறள் நோக்கிற்கே ஒரு திருப்பத்தைத் தந்தது எனலாம். ஆயினும், அவரும் பெரும்பாலான விடங்களில் பரிமேலழகர் பதித்துச் சென்ற காலடிகளின் மேலேயே தம் காலடிகளையும் வைத்துச் சென்றுள்ளது யாவர்க்கும் எளிதே புலப்பட்டு விடும் தன்மையதே.

பத்துரைக்கு மேலும் பரிமே லழகரோடு
ஒத்தவுரை நூறுசெய்தும் ஒன்றாமே - மெத்ததிரு
வள்ளுவனார் நூலுக்கு வாய்மை உரைசெய்தார்
தெள்ளுதமிழ்ப் பாவாணர் தேர்ந்து.

தேவநே யன்என்னும் தேர்ந்தமதிப் பாவாணர்
தேவத் திருக்குறட்குத் தீர்ந்தவுரை மேவியபின்
மற்றோர் உரைசெயவும் மானுவிரோ? மானுவரேல்
கற்றோர் நகைப்பர் கலித்து.

(*திருக்குறள் தமிழ்மரபுரை சிறப்புப் பா*)

என்றோர் உறுதி கூறியிருந்ததும், பின்னர் யாம் மேலும் என் உரையெழுதத் துணிந்ததும், காலத்தால் நேர்ந்த கட்டாயக் கருத்து வெளிப்பாடுகளே! அவ்வெளிப்பாட்டிற்கும் அம்மெய்ப் பொருள் உணர்வே கரணியமாக அமைந்ததெனில், அது புனைவோ பொய்யோ ஆகாதென்க (*திருக்குறள், மெய்ப்பொருளுரை* - 1) என்று திருக்குறளுக்கு மெய்ப்பொருளுரை எழுத ஏற்பட்ட உந்துதலை விவரிக்கிறார். மேலும் இவ்வுரை ஐயாயிரம் பக்க அளவுகளைக் கொண்டதாகவும், ஐம்பதாயிரம் குறிப்புகளும் நூற்சான்றுகளும் தாங்கியும் ஐந்தாண்டு இது தொடர்பான ஆய்வும், பின் ஐந்தாண்டுகள் நூலாக்கம் என மொத்தம் பத்தாண்டுகள் இதற்கெனத் திட்டமிட்டார் பாவலரேறு. கேட்போர்க்கு வியப்

பும் ஐயமும் தோன்றுமளவிற்கு மலைப்பானதாக இருந்தாலும் அவரின் திடமான நம்பிக்கை அவ்வாறிருந்தது. அத்திடமான நம்பிக்கையை மெய்ப்பிக்கும் வகையில் திருக்குறள் மெய்ப் பொருளுரை இல்லறவியல் வரையிலான 240 குறட்பாக்களுக்கு அமைந்திருக்கும் உரையினைக் கண்ணுற்றால் 1330 குறட்பாக்க ளுக்குப் பாவலரேறு உரை செய்திருந்தால் 5000 பக்க அளவைத் தாண்டியிருக்கும் எனும் கருத்தில் நம்பிக்கை தோன்றும். தாம் உரை செய்துள்ள வகைகளைக் குறித்தான 'உரைச் சுருக்கம்' எனும் முதல் பகுதி திருக்குறளின் ஆழத்தை நுட்பமாக விளக்கி நிற்கிறது. பல்வேறு ஆக்க வழியிலான அடித் தளத்தின் மீதே உரை செய்ய எண்ணியிருந்த திறம் விளங்கும்.

திருக்குறளின் மீது உரைகாரர்கள் கட்டிவைத்திருந்த தவறான கருத்துகள் யாவற்றையும் தகர்த்தெறியும் தன்மையில் பொருள், அதிகார வைப்பு முறை - அதற்குண்டான பெயர் - இயல் பகுப்பு - இயல் பகுப்பில் காணப்படும் மூல நூலுக் கொவ்வாக் கருத்துகள் போன்ற யாவும் ஆய்வுப் போக்கு மிளிரக் கட்டமைக்கப்பட்டுள்ளன.

சொற்களின் அடிப்படையில் திருக்குறளில் ஆண்டுள்ள சொற்கள் - அச்சொற்களுக்குத் திருவள்ளுவர் காலத்தில் வழங்கப் பட்ட பொருள் - இக்காலத்தில் அதற்கு வழங்குகின்ற பொருள் என்கிற பட்டியல் மிக முக்கியமானதாகும்.

அதிகார வைப்பு முறைக்கான காரண காரியங்களும், வரிசைப்படுத்தப்பட்டதன் நுட்பம் போன்றவற்றைக்குறித்துப் பிற உரையாசிரியர்கள் தொடாத பகுதிகளைப் பாவலரேறு சரியான முறையில் விளக்கமளித்துள்ளார்.

மெய்ப்பொருளுரை

மாறுபட்ட உரையான திருக்குறள் மெய்ப்பொருளுரையின் மேல் எழும் அடிப்படை ஐயம், மெய்ப்பொருள் என்றால் என்ன என்பதை அதற்குரிய விளக்கத்தை பாவலரேறு பின்வருமாறு விவரிக்கிறார்.

மெய்ம்மங்கள் என்றும் உண்மையின் வடிவங்களே. இருப்பு நிலைகளே, வானும், புடவியும், கதிரும், விண்மீன் களும், காற்றும், நெருப்பும், நீரும், உலகமும், உயிர்களும்,

உயிருடல்களும் இவையுள்ளடக்கியுள்ள இயற்கையும் மெய்ம் மங்கள் தாம். மாந்தனும் மெய்ம்மமே. அவன் சிந்தனைகளும் ஒளியையும் காற்றையும் போலும் மெய்ம்மங்களே. இயற்கையும் மெய்ம்மக் கூறே. அவற்றின் வடிவமே இனி, இன்னும் தெளி வாகச் சொன்னால், அணுக்களும், அண்டங்களும் அவற்றின் இயக் கங்களும் மெய்ம்மமே. அவற்றின் தவறும் சரியும்கூட மெய்ம் மமே. அவற்றின் விரிவும் விளக்கங்களும் கூட மெய்ம்மமே.

இவற்றின் மெய்ம்ம இருப்பையே திருக்குறள் கூறுகிறது. மெய்ம்மங்களின் - இயற்கையின் - சுழற்சியிலே மாந்த மெய்ம் மத்தை மட்டும் தனியே பிரித்தெடுத்துக் கூர்மைப்படுத்தி, அதன் இயக்க நிலைகளைக் காட்டும் முயற்சி திருக்குறள். அதன் முடிவு காண்கிற முயற்சிகளே உரைகள். (*திருக்குறள் மெய்ப் பொருளுரை*, ப. 1) என்று யாவற்றிலும் மறைந்து உண்மை களை வெளிக்காட்டும் தன்மை கொண்டது இவ்வுரை.

இவ்வுரையின் தரங்கருதியும், அதனால் உண்டாகும் பயன் கருதியும் எவ்வகையாயினும் வெளிக்கொணர விருப்பத்துடன் காணப்பட்டார் பாவலரேறு. ஆயினும், பணிச்சுமையும் அரசியல் மற்றும் இயக்கச் செயற்பாடுகள் மற்றும் வேறுபிற காரணங் களும் இவ்வுரையை முழுமையாக நிறைவெய்த விடவில்லை. பாவலரேறு உடல் நலம் குறைந்து இருக்கையில் தாம் 'இல்லற வியல் முடித்து விட்டதாக அருகிருந்தவர்களிடம் கூறினார். தாம் திருக்குறளுக்கு இல்லறவியல் உரையில் உரை எழுதி முடித்ததை அவ்வாறு கூறினார். ஆனால் அத்துடன் அவருடைய இல்லற வாழ்வே முடியப் போகிறது என்பது அறியாமல் போனது. ஒரு வேளை முழு உரையும் வாய்த்திருக்குமெனில் திருக்குறளுக்கு வாய்த்த மிகச் சிறந்த உரையாக அவருரை அமைந்திருக்கும்.

மெய்ப்பொருளுரையின் சிறப்பு

மெய்ப்பொருளுரை திருக்குறளுக்கு வரிக்கு வரி பொரு ளுரைக்கும் முந்தைய உரையாசிரியர்களின் அடிச் சுவட்டில் அமையவில்லை. உரையாசிரியரின் தகுதியைச் சுட்டிக் காட்டி யது போன்றே அத்தகுதிகள் யாவும் நிரம்பப் பெற்றிருந்தார் பாவலரேறு. அவருடைய உரை பல்வேறு ஆய்வுகளுக்கு உட் படுத்தப்பட்டு பல்வேறு துணை ஆய்வுகள் இவரின் உரை வழி

கிடைக்கிறது. திருக்குறள் குறித்து உரைச் சுருக்கத்தில் ஒரு மருந்துச் சாலை, அறிவிலக்கிய நூல், அற நூல், வாழ்வியல் நூல், பொருளியல் நூல், குமுகவியல் (*சமுதாய*) நூல், ஒழுக்க நெறி நூல், புரட்சி நூல், இனநல மீட்பு நூல், இன்ப நூல் என்று வரிசைப்படுத்தியிருப்பார் பாவலரேறு. அவ்வாறு கூறிய கருதுகோள் களை தம்முடைய உரையின் வழியே ஒவ்வொன்றாக நிறுவியுள்ளார்.

திருக்குறள் நல்ல மனவுணர்வையும், உயர்குணத்தையும் (33, 35, 76, 183, 179) அறம் என்று குறிப்பிடுவதையும், நல்ல சொற்களையும், நல்ல செயல்களையும் (30, 33, 36, 40, 93, 183, 297) வாழ்வமைப்பே அறம் என்பதை குறளில் சுட்டுவதை யும், பழிப்பது இல்லாதது அறம் (49) என்பதையும் நல்லவை எல்லாம் அறம் (96) என்பது தம் ஆய்வுப் பார்வையின் உரை செய்துள்ளார்.

திருவள்ளுவர் தாம் விளக்க வந்த கருத்துக்குத் துணையாக 300 உவமைகளைக் கொண்டுள்ளார். அவ்வுவமைகளின் பட்டி யலை மிக நேர்த்தியாகக் கண்டுணர்ந்து பட்டியலிட்டுள்ளார் பாவலரேறு.

தமிழிலக்கியத்திற்குத் திணை இலக்கியம் என்று கூறுமள விற்குத் திணைகளின் மேல் சார்ந்து அது கட்டப்பட்டுள்ளது. இவை ஒருபுறமிருக்க திணைகளின் உட்பிரிவான துறைகளைத் திருவள்ளுவர் தம் குறட்பாக்களில் ஆண்டுள்ள வகைகளை உரிய சான்றாதாரங்களுடன் மெய்ப்பொருளுரை அமைந்துள்ளது. வள்ளுவரின் சொல் தேர்வுகளை வியக்காதவர் எவருமில்லை. காரணம் மிக நேர்த்தியாகத் தேர்ந்தெடுக்கப்பட்ட சொல்லாட்சி கள் திருக்குறள் எங்கிலும் விரவி வருவதை யாவரும் ஏற்பர். பாவலரேறு - தம்முடைய மெய்ப்பொருளுரையில் வள்ளுவர் கையாண்டுள்ள சொல்லாட்சி, சொற்சிக்கனம், சொற்களின் நுண் பொருள் சிறப்பு, புதுச் சொல்லாட்சி, முழுமைப் பொருள் தரும் சொல்லமைப்பு போன்றவற்றை உரிய சான்றுகளுடன் முன் வைக்கிறார்.

நுண்பொருள் தரும் சொற்களை வள்ளுவர் கையாண்டுள்ள திறத்தை எல்லாருக்கும் விளங்குமாறு எளிய முறையில் பொருள் தருவதை எண்பொருளவாக (42) என்றும், எப்பொழுதும் அடங் காத நிரம்பாத, தொடர்ந்து மேலும் மேலும் தோன்றிக் கொண்டே

இருக்கின்ற ஆசையுணர்வைக் குறிக்க ஆரா வியற்கை அவா (370) என்றும், எந்நாளும் மாறுபடாமல் நிலைபட்டு இயங்கும் விசும்பு, சூரி, காற்று முதலிய இயற்கைப் பொருள் கணக்குறிக்க பேரா இயற்கை (370) அறிவின்பாற்பட்ட அறியாமை மயக் கத்தை இருள் (5, 352) மனத்தின்பாற்பட்ட ஆசையால் ஏற்படும் மயக்கத்தை மருள் (199) என்று வள்ளுவரின் தினத்தை வெளிச்சமிட்டுக் காட்டுகிறார். இவ்வாறான வள்ளுவத்தின் மேல் நிகழ்த்தப் பெற்று புது உரை முயற்சி வள்ளுவத்தைக் கூடுதல் ஆழமாக உணர்ந்துகொள்ள உதவுபவை.

அதிகார வைப்பு முறைகளிலுள்ள நுட்பத்தை மிக நேர்த்தி யாக விளக்கமளிக்கிறார். இந்த அதிகார வைப்பு முறையின் காரணத்தை விளக்கங்களைப் பிற உரையாசிரியர்கள் அதிகக் கவனம் செலுத்தாமல் போகிறபோக்கில் சில சொல்லிக் கடந்து விடுகின்றனர். ஆனால், பாவலரேறு அதிகார வைப்பைப் சான்று களுடன் தெளிவான விளக்கங்களை அளித்து அவ்வதிகாரக் குறட்பாக்களில் பயணிப்பதற்குப் புதுத் தடத்தை வெளிச்சம் இட்டுக் காட்டுகின்றார். சான்றாக, ‘பொறையுடைமை’ என்ற அதிகாரத்திற்கு, இது பொறுத்தானென்று இகழ்வாரில்லை’, அதனைத் தலையாகக் கொள்வார் உலகத்தார் என்றது’ என்று மணக்குடவர் பொருளுரைக்கிறார்.

‘‘அஃதாவது காரணம் பற்றியாதல், மடமையானாதல் ஒருவன் தமக்கு மிகை செய்தவழித் தாமும் அதனை அவன்கண் செல்லாது பொறுத்தலை உடையாராதல் நெறியின் நீங்கிய செய் தாரையும் பொறுக்க வேண்டும் என்றதற்கு, இது பிறன் இல் விழையாமையின் பின் வைக்கப்பட்டது’ என்பது பரிமேலழகர் பொறையுடைமை என்னும் அதிகாரத்திற்கு அளிக்கும் விளக்கம் ஆகும். (*பரி. ப.* 62) இவர்கள் இருவரின் உரைகளிலும் முற்றி லும் வேறுபட்டு பொருள் விவரிப்பில் விரிவான முறையிலும், எளிதில் விளங்கும் வகையிலும் அதிகாரத்திற்கு பொருளுரைக் கின்றார் பாவலரேறு.

‘பொறையுடைமை’ என்பது பொறுத்துக் கொள்ளும் தன்மை உடைமை.

பொறை - சுமை.

சுமையை உடல் பொறுத்துக் கொள்ளுதல் போல், பிறர் தமக்குச் செய்யும் தீங்குகளையும், துன்பங்களையும், இன்னாத இழிவுச் சொற்களையும் மனம் பொறுத்துக் கொள்ளுதல் வேண்டும் என்பது. இஃது, உலகியலில் பொது நடைமுறைக்கான ஓர் ஒழுகல் முறை ஆகும்.

எனவே, இதனை ஆசிரியர் அறவுணர்வின் பாற்படுத்தி வலியுறுத்துவார் ஆயினார். மேலும் இவ்வுணர்வு இல்லாதார்க்கே பெரிதும் வேண்டியதால், இல்லறவியலில் சேர்த்தார். (*திருக் குறள் மெய்ப் பொருளுரை தொ. 3 ப. 210*) எவ்வாறெல்லாம் சுமைகளைத் தாங்கிக் கொள்ள வேண்டும் என்பதைக் குறள் வழிச் சான்றாதாரங்களுடன் விவரிக்கிறார். பிற்கால உரையாசிரியர் பொறையுடைமையைப் பொறுமை உடையவராய் இருத்தல்' என்று பொருள் கூறுவதையும் கண்டிக்கிறது இவண் மெய்ப் பொருளுரை.

பொறுத்துக் கொள்வதற்கு வள்ளுவர் ஏன் நிலத்தை உவமையாகக் கையாண்டார் என்கிற சிறு விளக்கமும் குறிப் பிடுகிறார். இதனைப் போன்றே பிற அதிகாரங்களுக்கும் அதன் வைப்பு முறைகளுக்குமான தெளிவான விளக்கங்களை குறள் பாக்களின் வழியே விளக்குகிறது மெய்ப்பொருளுரை.

அடுத்து, சொற்களின் வழியே பொருளாழத்தையும், வள்ளுவப் பெருமான் எதனை மனத்திலிறுத்திக் கூறியிருப்பார் என்கிறதான அரிய முயற்சிகளின் பலனாகச் சொற்களுக்கான பொருள் உரைக்கப்பட்டுள்ளது. பொறையுடைமை, அதிகாரத்தின் முதல் குறட்பாவினுக்கு, 'அகழ்வாரைத் தாங்கும் நிலம் போல' என்பதற்கு தன்னை ஆழத் தோண்டிக் குழி பறிப்பாரையும் நிலமானது தாங்கிக் கொண்டிருத்தல் போல.

அகத்தல் - ஆழத் தோண்டிக் குழி பறித்தல், குழி பறித்தல் நிலத்துக்கு ஊறுசெய்யும் செயலால் வருவித்தது.

- தோண்டுதலோடு அமையாது குழி பறிக்கும் நோக்கத்தையும் குறித்தது.

- தோண்டுதல் இகழ்வதும், குழிபறித்தல், தம் நன்னிலைக்கு ஊறு செய்தலும் சேர்ந்து, உவமை உவமேயத்தோடு நன்கு பொருந்துவதாகிறது (*ப. 214*)

இகழ்தல் - இதற்குப் பரிமேலழகர் மிகையாயின செய்த லும் சொல்லுதல் என்கிற பொதுவான நிலையில் பொருளுரைக் கிறார் (*பரிமேலழகர் உரை, ப.* 62).

இதற்குப் பாவலரேறுவின் உரையாவது - இகழ்வார் - தம்மைச் சொல்லாலும் செயலாலும் இகழ்வார். நிலத்தை மண்வெ வட்டியால் தோண்டும் ஒலிக்குறிப்பை இங்குச் சொல்லுக்கும், குழி பறிப்பைச் செயலுக்கும் பொருத்தி மகிழ்க.

- நிலம் நன்னிலைக்கண் இருந்து, அகழ்தலால் ஊறுபாடு எய்தியதுபோல், தம்மை இகழ்ந்த சொல்லாலும் செயலாலும் தம் நன்னிலை வாழ்வு ஊறுபடுத்தப் பெற்றதைக் குறிப்பால் உணர்க.

பொறுத்தல் - பொறுத்துக் கொள்ளுதல் மனத்தாலும் அறி வாலும் தாங்கிக் கொள்ளுதல். கடுமையான இழிவான, இகழ் வான சொற்களைப் பொறுத்துக் கொள்வதே அறிவுடைமை என்பதைச் சான்றோடும் பிறரும் ஒப்புவர். (*ப.* 215).

நிலத்தை வள்ளுவர் பெண்ணுக்கு உவமையாகக் காட்டி இருப்பதைச் சுட்டுகிறார். மேலும் வள்ளுவர் நிலத்தை எவ் வெவ்விடங்களிலெல்லாம் பெண்ணுக்கு ஒப்புமையாகக் குறிப் பிட்டுள்ளார் என்கிற சான்றுகளுடன் கூடிய ஆய்வுரையும் இடம் பெறுகிறது.

'நிலம் என்னும் இல்லக் கிழத்தியால் ஓரோவிடத்து இழிவு நேரினும், அதைப் பிறனொருவன் செய்யினும், அதனால், தன் இல்லற நல்வாழ்வுக்கு ஊறுபாடு நேரினும், அக்கொடுமை யினும் பொறுத்துக்கொள்ளுதல் தலையாய அறவுணர்வேயாம் என்னும் முந்தைய அதிகாரத் தொடர் கருத்தை, அதிகாரத் தலைப்பால் மட்டுமின்றி, இவ்வதிகாரத் தொடக்கப் பாடலாகிய இதனினும் இயைபு காட்டிக் குறிப்புணர்த்தினார் என்பது உணர்த்தி வேண்டி (ப-216) என்க என்று ஒவ்வொரு குறளுக்கும்/ ஒவ்வொரு சொல்லுக்கும் மிக ஆழமான ஆய்வுப் போக்கு மிளிர மெய்ப்பொருளுரையை எழுதியிருப்பதைக் காண முடிகிறது.

இல்லறவியலில் அழுக்காறாமை என்னும் அதிகாரம் உண்டு. இந்த அதிகாரத்திற்கு அதிகார வைப்பு முறை ஆய்வும் அதன் காரணமும், அதனுள்ளே நுணுகிச் சென்று நோக்கும் ஆய்வுப் போக்கும் திருக்குறளின் மறைவுகளை எல்லாம் மிகத்

தெளிவாக வெளிச்சமிட்டுக் காட்டுகின்றன. அழுக்காற்றைச் செய்யாமை என்னும் பொருள்பட எதிர்மறை ஆகாரமும் மகர ஐகார விகுதியும் பெற்று ‘அழுக்காறாமை’ என நின்றது என்பது பரிமேலழகர் அந்த அதிகாரத்திற்கு அளிக்கும் முன்னுரையாகும். (*ப.* 65)

ஆனால், பாவலரேறு அளிக்கின்ற விளக்கம் அந்த அதிகாரத்தின் அனைத்துக் குறட்பாக்களையும் புரிந்து கொள்வதற்குரிய அடிப்படையை அமைத்துத் தருகின்றது. ‘அழுக்காறு - பொறாமை (*பொறு+ஆ+மை*) - பொறுத்துக் கொள்ளுதல் என்னும் பொருள்படும் தன்னுணர்வு ஒழுக்கச் சொல், நாளடைவில் உணர்வின் வளர்ந்து, பிறர் ஆக்கத்தைப் பொறுத்துக் கொள்ளாமையாக வளர்ச்சி பெற்று, அவர் மேற்கொள்ளும் ‘பொறாமை’ உணர்வைக் குறிப்பதாக நிலை பெற்றது. மற்றபடி, அழுக்காறு என்னும் பொறாமையைக் குறிக்கும் சொல்லாட்சி திருக்குறள் தவிர வேறு எந்தக் கழக நூல்களிலும் வரவில்லை. பொறாமை என்னும் சொல் பொறுத்துக் கொள்ளல் என்னும் பொருளில் வந்துள்ளதையும், தொல்காப்பியத்தில் வரும் ‘பொறாமை’ பொறுத்துக் கொள்ளாமைப் பொருளிலேயே வந்துள்ளதையும் ஆய்வு நோக்குடன் படம்பிடித்துக் காட்டுகின்றார்.

ஒரு நூலுக்கு எத்தன்மையில் உரை அமைய வேண்டும் என்பதற்கான எண்ணற்ற தகுதிகளைக் கொண்டுள்ளது. மெய்ப் பொருளுரை முந்தைய உரைகாரர்களின் அடிச் சுவட்டில் பயணிக் காமல் தெளிவான பாதையை அமைத்துச் செல்கிறது இவ்வுரை. பாவலரேறு வகுத்துக் கொண்டவாறே முழு உரையும் வாய்த் திருக்குமெனில் திருக்குறளுக்கு வாய்க்கப் பெற்ற அரும்பெரும் உரையாகவும், எண்ணற்ற மறை பொருள்களையும், வள்ளுவரின் உள்ளத்தையும் கூடுதல் நேர்த்திக்காக எடுத்துக் கூறிய போற்று தலுக்குரிய உரையாகவும் வாய்த்திருக்கும். இக் கருத்துரை பாவலரேறுவை மிகைப்படுத்திக் கூறவேண்டுமென்ற நோக்கம் அன்று. அதோடு இங்குப் பரிமேலழகரின் உரையை ஒப்புமை காட்டுவது அவருரையைப் பழித்துக் கூற வேண்டுமென்ற நோக்கமுமன்று. திருக்குறளுககுரிய உரை என்றாலே பரிமேலழகர் உரை தாம் என்கிற போக்கு யாவரிடமும் உள்ளது. அவ்வாறு பெரிதும் போற்றப்படுகின்ற உரையின் தன்மையை வெளிக்

காட்ட வேண்டுமென்கிற நோக்கமும், திருக்குறளுக்குத் தகு உயர்வு அளிக்கின்ற ஒப்பற்ற ஓர் உரை (*மெய்ப்பொருளுரை*) இருக்கின்றது என்கிற அறிதலில்லாத தெளிவற்ற நிலையும் தமிழில் காணப்படுகின்றது என்பதை உணர்த்துகின்ற நோக்கேயன்றி வேறு உட்பொருளில்லை.

நூறாசிரிய உரை

பாவலரேறுவின் உரைத் திறனுக்கு மேலுமோர் சான்று நூறாசிரியம் என்னும் தலைப்பில் தாமியற்றிய பாடல்களுக்கு அவரே இயற்றிய உரையாகும். 66 பாடல்களுக்கு மட்டுமே அவருடைய உரை வாய்க்கப் பெற்றுள்ளது. உரையாசிரியர்கள் என்போர் தமக்கு முன்னிருந்தவர்கள் இயற்றிய உயர்ந்த நூலுக்கு உரை எழுதுவது தொன்றுதொட்டு நிகழ்ந்து வருவது. ஆனால் தம் நூலுக்குத் தாமே உரை எழுதுவது எளிதில் வாய்த்திராத ஒன்றாகும். அந்த வகையில் இயல்பை மீறிய ஒன்றாகவே இதனைக் கருதத் தோன்றுகிறது. தம்முடைய பாடல்கள் என்பதனால் என்ன வேண்டுமென்றாலும் எழுதிவிட்டு, அதுவே அந்தப் பாடல்களுக்கான உரை என்று கூறினாலும் மறுப்பவர் இல்லை. ஆனால் அது போன்ற நிலையைப் பின்பற்றாமல், பாடல் புனைந்த படைப்பாளன் என்ன மனநிலையில் இருந்தானோ அந்த மன நிலையினின்று இம்மியளவும் பிசகாமல் நின்று உரை செய்து உள்ளார்.

திருக்குறளுக்கு உரை எழுதும்போது மூல ஆசிரியரின் மனவியல்பும், அவருடைய படைப்பில் வந்துள்ள சொற்களின் தரமும் பொருளும் எவ்வாறு உணர்ந்து உரை எழுதினாரோ அதே நிலையில் நூறாசிரிய உரையும் எழுதப்பட்டுள்ளது. ஒவ்வொரு பாடலுக்கும் திணை, துறை குறிப்புகளும் இடம் பெற்று உள்ளன. எல்லா சொல்லும் பொருள் குறித்தனவே என்கிற தொல்காப்பியரின் வாக்கினுக்கிணங்க ஒவ்வொரு சொல்லையும் அதன் தொடக்கம், அது பரவிய வகை தற்கால நிலைமை போன்ற முந்தைய போக்கு இந்த உரையிலும் மிளிர்கின்றது. தாம் இயற்றிய பாடல்களாயினும் அவற்றை ஒரு முழுப் பிண்டமாகக் கருதாமல், ஒவ்வொரு வரிகளையும் சொற்களை வகைப்பிரித்து இவருடைய உரை அமைந்துள்ளது. இவர் ஆண்டுள்ள சொற்கள் பெரும்

பாலானவை பழஞ் சொற்கள் ஆகும். அவர் பழைய சொற்களைப் புதுக்கியும், ஆண்டிருப்பதையும் உணர முடிகின்றது.

உரை எழுதும் போது மூல ஆசிரியர் காலத்தை அறிந்தும் சமகால நெறியினை மறவாமலும் எழுத வேண்டுமென்ற அளவில் மாறாமல், ஒரு நூலுக்கான உரை எவ்வாறமைய வேண்டுமென்ற முன்னுதாரணமாகத் திகழ்கிறது பாவலரேறு வின் உரைகள். வெறுமனே மொழிபெயர்ப்பாளன் போன்ற உரையை மேற்கொள்ளாமல் ஆழ்ந்தகன்ற ஆய்வுப் போக்கு இவரின் உரையில் பளிச்சிடுகின்றன. 'அன்னையும் மறந்தாள்' என்ற சொற்றொடருக்கு மறப்பதற்கும் அரியளாகிய தன்னைப் பெற்ற தாயையும் மறந்தாள். 'உம்' மை சிறப்பும் அருமையும் உணர்த்தியது. 'ஆயமும் மறந்தாள்' என்ற சொற்றொடருக்குத் தன்னோடொத்த மகளிர் கூட்டத்தையும் மறந்தாள். அன்னைக் கடுத்தபடி தன்னொடு நெருங்கியிருந்து பழகியும் பயின்றும் ஆடியும் மகிழ்பவர் அவளொத்த தோழியராகலின் அவரையும் மறந்தாள் என்பது வியத்தற்குரியது (*ப.* 286) என்று உரையுடன் அந்தச் சொற்றொடர் உணர்த்தும் உணர்வையும் கலந்தளிக்கிறார். இதுபோன்ற பல்வேறு சிறப்புகள் மையமிட்டு விளங்குகின்ற உரைக்குச் சொந்தக்காரராகப் பாவலரேறு விளங்கினார்.

எண்சுவை எண்பது

'எண்சுவை எண்பது' என்னும் தலைப்பில் எண்வகை மெய்ப்பாடுகளை அடிப்படையாகக் கொண்டு, ஒவ்வொரு மெய்ப்பாட்டிற்கும் 10 பாடல்கள் வீதம் 80 பாடல்கள் இயற்றிய பாவலரேறு, அந்த நூல் முழுமைக்கும் சிறு விளக்க உரையும் எழுதியுள்ளார். அவ்விளக்க உரை மெய்ப்பொருளுரையைப் போன்றோ அல்லது நூறாசிரிய உரையைப் போன்றோ விரிவானதாக அமையவில்லை. அந்தப் பாடல்கள் உணர்த்தும் மையக் கருத்தை நேரடியாக உணர்த்தும் எளிய சொற்களால் உரை செய்துள்ளார். இதற்கான அடிப்படைக் காரணம், அந்த மூல நூல் மிக மிக எளிமையான சொற்களின் கோர்வையாக அமைந்திருப்பதினாலேயாகும்.

தேவையான இடங்களில் சொற்களில் மறைந்திருக்கும் அல்லது பாடலுக்குத் தேவையான மறைந்துள்ள பொருளை

விளக்கும் முகத்தான் இந்த விளக்கவுரை அமைந்துள்ளது. 'செங் கண்ணாள்' (2:8) என்பதற்குச் சிவந்த கண்ணையுடையவள் என்று கூறாமல், இரவு கண்விழித்துச் செவ்வரி படர்ந்த கண்' என்று தாம் எவ்வகைப் பொருளை எந்தவித உணர்வை வற்புறுத்த சொற்களைப் பெய்தாரோ அதற்கான அடியாடிப் பொருளை இவரின் உரை விளக்கியுரைக்கிறது. பொதுவாக சொற்களை அதன் வேர்ச்சொல் தொடங்கி அச்சொல் பயின்று வந்த வகை, பிற இலக்கியங்களில் அச்சொல் இடம்பெறும் தன்மை அது தொடர்புடைய யாவற்றையும் ஆராய்ந்து உரை செய்யும் பாவலரேறு எண்சுவை எண்பதில் அந்நிலையிலிருந்து மாறு பட்டுள்ளார். சொல்லுக்கான பொருளோடு கூடிய ஆய்வுப் பார்வை கொண்டு அணுகாமல், சொல் உணர்த்துகின்ற சூழ் நிலையை விவரிக்க முயன்றுள்ளார்.

இல்லிக் குடுவை இருங்கடலைத் தாண்டுமோ?
புல்லிப் புறம்போகும் போக்கிலையோ டேடிபோய்
வல்லிநீ பெற்றாய் வடு (*எண்சுவை எண்பது,* 6-9)

தன் மகள்தான் விரும்பிய ஆடவருடன் உடன்போக்கு மேற்கொண்டு விட்டாள். அவன் வாழ்க்கைத் துணையாக ஏற்பதற்கு எத்துணையளவு தகுதியுடையோன் என ஐயுற்று, தாய் புலம்புவதாக அமைந்த பாடலிது. இதற்கு உரையெழுதிய பாவலரேறு,

''இல்லிக் குடுவை - பொத்தற் குடுக்கை, இல்லிக் குடுவை அகன்று விரிந்த கடலைத் தாண்டும் என்று நினைந்து அதைத் தெப்பமாகக் கொள்வாரோ? கொள்ளார். அதுபோல், புணர்ந்து பெருமை வீழ்த்தி, வேற்றிடம் போகும் போக்கில்லாத வனோடு, நீ போய் உன் பெருமையைத் தொலைத்தாய் என்ற படி, இருங்கடல் - வாழ்க்கைக் கடல்', துன்ப அலையும் துயரக் காற்றும் வீசுகின்ற கடல், மேலும் கீழும் புரனும் தன்மைத் தாயது. அவ்வாறுள்ள வாழ்க்கையை நடத்த இவன் தகான் என்றாள் என்க. (*எண்சுவை எண்பது, ப.* 41) இலக்கியப் படைப்பாயினும் அதற்குரிய விளக்க உரையாயினும் எவற்றிற்கு எது பொருத்த மானதே அதனைக் கண்டறிந்து, வரம்பு மீறாமல் சுவையும் பொருளும் குன்றாமல் உரை செய்து முன்மாதிரி உரையாசிரிய ராகவும் திகழ்ந்துள்ளார் பாவலரேறு.

4. கவிஞர்

பாவலரேறுவின் கவிதைக் கோட்பாடு

தமிழின் கவிதை நீண்ட மரபு கொண்டது. காலந்தோறும் வேறுவேறு வடிவங்களில் வேறு வேறு முறைகளில் தன்னைப் புதுப்பித்துக் கொண்டது. எல்லாவற்றையும் தம் கவிதைகளுக்குள் அடக்கி வெற்றியடைந்தவர்கள் தமிழரேயாவர். எண்ணிற்கு அடங்காத கவிஞர்களைக் கொண்ட தமிழ், சில தனித்துவம் வாய்க்கப் பெற்ற கவி ஆளுமைகளையும் பெற்றிருப்பது அதன் மகுடத்திற்கு அணி சேர்க்கும் சிறப்பாகும். தமிழ்த் தாயின் மகுடத்தில் அணி சேர்க்கும் கவிஞர்களுள் முத்தாய்ப்பாக மின்னித் தெரிபவர் பாவலர் பெருஞ்சித்திரனார் ஆவார்.

பாட்டுணர்வு இயற்கையேயாயினும் அதன் புறக்கூறுகளும் உலகியல் சான்றனவே. அப்புறக்கூறுகள் அசையமைந்த சொற்களாலும் சொற்களமைந்த சீர்களாலும், சீர்கள் இணைந்தியங்கும் யாப்பாலும், யாப்புடன் கூடிய அணியாலும், அணி பெற்றியங்கும் கருத்தாலும் விளங்கித் தோன்றுவனவாகும் (*கனிச்சாறு 1, முன்னுரை ப. 5*) என்கிறார். இவ்வரிகள் பாவலரேறு கவிதையைப் பற்றி கொண்டிருந்த கருதுகோளை விளக்குகின்றன. படைப்பு வேறு படைப்பாளன் வேறு என்ற எண்ணம் படைப்போன், படிப்போன் என இருவரிடமும் ஊறியுள்ளது. படைப்பும் படைப்பாளனும் வேறல்ல. வாழ்விற்குப் படைப்பும் படைப்பிற்கும் வாழ்வும் என ஒன்றிற்கொன்று சான்றாக வாழ்ந்தவர் அவர்.

தம் எழுத்து, அதன் எல்லை, இயங்குவெளி, அதன் மொழி இயல்பு, கருவி, கருத்து இன்னதென்ற தெளிவான வரையறையுடன் இயங்கினார் பாவலரேறு.

அ. சொற்கள்

1. கருத்தாழம் நிரம்பிய தேர்ந்த சொற்கள்

2. சுற்றி வளைக்காத சொல்லாட்சி
3. வளங்கொழுவிய பொருத்தமான சொற்கள்
4. குறைவான இடைச் சொற்கள்

என 14 நிலைகளில் பாடல் அமையுமாற்றை விவரிக்கிறார். கவிதைக்கான இந்த வரையறைகள் வெறுமனே வரையறைகளாக மட்டும் இல்லாமல், பாவலரேறுவின் பாடல்கள் எங்கிலும் தொடர்ந்து பின்பற்றப்பட்டு வந்திருப்பதைக் காண முடிகிறது.

கனிச்சாறு கையெழுத்துப் படிகள் பாவாணரிடம் அளிக்கப்பட்டது. அதற்கு மொழிஞாயிறு பாவாணர் 01.10.1954இல் பின்வரும் மதிப்புரையை எழுதியளித்தார்.

துரைமா ணிக்கம் இயற்கை யூடு
துள்ளும் இன்ப அருவி போன்றே
வரைமா ணிக்கம் ஆகிப் பல்
வகையர் உணர்ச்சிப் பாக்களாக

உரைமா ணிக்கக் கொத்தின் கற்கள்
உள்ளத் தழகாய்ப் பட்டைத் தீர்த்துத்
திரைமா ணிக்கம் என்னத் தேறித்
தென்னா டெங்கும் திகழ்க மன்னோ.

கனிச்சாற்றின் தன்மையும் உள்ளடக்கமும்

இவருடைய பாக்களின் பின்புலத்தில் பல வரலாற்றுச் சுவடுகள் படிந்துள்ளன. அவற்றைக் கொண்டு கடந்துபோன வரலாறுகளை - தமிழ்ச் சமூகத்தில் நிலவிய தமிழுக்கெதிரான போக்குகளை நிதானிக்க வாய்ப்புகள் உள்ளன. பாவலரேறுவின் பாடல்களில் எளிமையான மொழிக் கோவைகளால் மிகக் கடுமையான எதிர்ப்புணர்வுகள் பதியப்பட்டுள்ளன. அந்த எதிர்ப் புணர்வுப் பாடல்கள் யாவும் மேம்போக்காகவும் பொத்தாம் பொதுவான நிலையில் அமையாமல், யாரைச் சுட்ட வேண்டுமோ அவர்களை நேர்நோக்கிப் பாய்ந்து குறிக்கோளை எய்தின.

பாவலரேறு சமூகத்தை உற்றுநோக்கி, அதன் வினைகளுக்குச் சரியான எதிர்வினைகளை வெளிப்படுத்தியவர். அவ்வாறு வெளியிடப்பட்ட வினைப்பாடுகளின் தொகுப்பே கனிச்சாறு என்பதாகும். பாவலரேறு கல்வி பயின்ற காலம் முதற் கொண்டு, தம் வாழ்நாளின் இறுதியாக எழுதியப் பாடல்கள்

வரை இத்தொகுப்பினுள் அடங்கி உள்ளன. கனிச்சாறு எட்டுத் தொகுப்புகளாக வெளியிடப்பட்டுள்ளது.

தமிழ், இந்தி எதிர்ப்பு, இன எழுச்சி, தமிழ் நாட்டுரிமை, தமிழீழம், இளைய தலைமுறை, பொதுமை, குஞ்சுகளுக்கு, பறவைகளுக்கு, மணிமொழி மாலை, காதல், இயற்கை, இறைமை, தன்னிலைப் பாடல்கள், தனியார் சிறப்புப் பாடல்கள், விழாச் சிறப்புப் பாடல்கள், திருமணம், பிற வாழ்த்துப் பாடல், நூல்களுக்குப் பா வடிவில் எழுதப் பெற்ற அணிந்துரைகள், பாட்டரங்கப் பாடல்கள் எனப் பல்வேறு தலைப்புகளில் எழுதப் பட்ட 1008 பாடல்களின் தொகுப்பே கனிச்சாறு என்பதாகும்.

1960இல் பாவலரேறு கவிதையைப் பற்றிய பா ஒன்று, கவிதை அவர் அணுகிய வகையை முறையைப் பறைசாற்று கிறது. அதில் கவிதையை ஒளிர் மின்னல் - வீழ் அருவி - குழந்தை -நங்கை - தென்றல் - புயல் - தீ - தாய்மை என்று பல்வேறு கோணங்களில் அணுகுகிறார். இவை எல்லாவற்றுக் கும் மேலாக கவிதையை ஓர் ஆயுதமாக வரித்துக் கொண்டு செயலாற்றினார்.

தமிழ்ப் பகைவர் யாராக இருந்தாலும், அவர்கள் எத்தகைய உயர் பதவிகள் வகித்தாலும் அவர்களைத் தம் கருத்தால் எழுத்தால் எதிர்க்கத் தயங்காதவர் பாவலரேறு. தமிழகத்தில் இந்தி எதிர்ப்பு பல்வேறு நிலைகளில் வெளிப்பட்டதையும் மாணவர்கள் இந்தி எதிர்ப்புணர்வின் உச்சம் தொட்டதையும், தம் உயிரையும் விட மேலாக மொழியுணர்வில் ஆட்பட்டிருந்தனர். போராட்டத்தினிடையே இருவர் தீக்குளித்து இன்னுயிர் நீத்தனர். அதனை இழிவுபடுத்தும் வகையில் அன்றைய முதல்வர் பக்த வச்சலம், நரபலி என்றும் போராட்டத்தைப் பேயாட்டம் என்றும் கொச்சைப்படுத்தினார். இதனை பாவலரேறு பொறுத்துக் கொள்ள இயலாமல், ‘முதலமைச்சே முதற்பகை’ என்னும் தலைப்பில் அவரைக் கண்டித்து எழுதினார்.

தமிழகத்தின் முதலமைச்சே தமிழ்மொழியின்
முதற்பகையாய் இருக்கும் கீழ்மை,
தமிழகத்துள் அல்லாமல் பிறநாட்டில்
எங்கேனும் நடப்ப துண்டோ?
தமிழ்மொழியைக் காவாதான் தமிழ்த் தலைமை

தாங்குவதோ? தமிழ கத்தீர்!
தமிழகத்தின் வாழ்வெல்லாம் அன்னவரின்
வீழ்வன்றோ? எண்ணு வீரே!					(1965)

இந்தக் கவிதை தமிழ் மக்களின் உணர்வுகளை எழுச்சி யூட்டத் தூண்டுகோலாகப் பாடப்பட்ட பாடலாகும். 1953இல் சென்னை மாகாணத்தின் முதலமைச்சராக இருந்த திரு. இராஜ கோபாலாச்சாரியார், பிள்ளைகள் அவரவர் குலத்தொழிலை மேற்கொள்ள வேண்டுமென்று, 'குலக்கல்வி திட்டத்தை' அறி முகப்படுத்தினார். அது தமிழகத்தில் பெரும் கொந்தளிப்பை உரு வாக்கியது. அந்த எதிர்ப்பு பாவலரேறுவின் பாடலின் வழியேயும் வெளிப்பட்டது.

பள்ளிக் குழந்தைகள் உள்ளத்திலே - குலப்
பாகுபாட் டெண்ணத்தை ஊன்றிடவே
துள்ளிக் குதித்திடும் மண்டைகளை - நூறு
தூளாகச் செய்வதற் கெண்ணங் கொண்டே	(1953)

இது போன்ற தன்மைகளால் பாவலரேறுவின் பாடல்கள் பிரச்சாரம் கருதியவை என்கிற எதிர்மறையான விமரிசனம் அவருடைய பாடல்கள் மேல் வைக்கப்பட்டன. (*கோவை ஞானி*) எல்லாவற்றையும் தேடிச் சென்று ஆய்வு மேற்கொள்ளும் தமிழுலகம் பாவலரேறுவின் இலக்கியங்களைப் பெருமளவிற்கு ஆய்வுக்குட்படுத்த விரும்பவில்லை.

ஒருவேளை ஆய்வாளர்கள் கூறுவதைப் போன்று பிரச்சாரம் கருதியவையாகக் கொளினும், அது காலத்தின் தேவையாகவே பட்டது. அந்தத் தேவை இன்றும் மாறாமல் காணப்படுகிறது. சூழ்நிலையில் மாற்றம் ஏற்படவேயில்லை.

தமிழர் மீது பாய்ச்சல்

தமிழர் தங்களின் மொழிமீது பற்றில்லாமல், பிற மொழியைக் கலந்து பேசுவதும், பிறமொழி ஆதிக்கம் மேலோங்கி நின்று போதெல்லாம் குருடராய் - செவிடராய் - ஊமையராய் உணர்வற்று இருந்த நிலையைக் கண்டு உள்ளம் வெடித்தார். கோபக்கனல் பெருக்கெடுத்தது. அக்கோபக் கனலைப் பாவல ரேறு தம் பாடல்களின் வழியே வெளிப்படுத்தனார். அப்பாடல்

கள் யாவும் முறையிடுவதைப் போன்றோ, அல்லது புலம்புவதைப் போன்றோ அமையாமல், புரட்சி தெறிக்கும் வரிகளால் வெளிப்பட்டன. இவ்வாறான செயல்களால் பிறரின் வெறுப்புக்கு ஆளாக நேரிடும் என்ற தயக்கமோ அச்சமோ துளியும் கொள்ளவில்லை. பிறமொழி ஆதிக்கத்தை எத்துணையளவு வன்மையாகக் கண்டித்தாரோ அதினும் கூடுதலாகச் சுரணையற்றிருந்த தமிழரைச் சாடுவதில் தீவிரத் தன்மையைக் கொண்டிருந்தார்.

தனிப்பால் கசக்குமோ? புளிக்குமோ தனித்தேன்!
தனித்தமிழ் அவைபோல் தருவது இனிமையே!
தனித்தமிழ் புளிப்பெனல் நாவினது தவறே (*கனிச்சாறு,* 8-4)

உலகத் தமிழ்க் கழக முதல் மாநாடு 28.12.1969இல் பறம்புக் குடியில் நடைபெற்றது. அந்த மாநாட்டில் பாட்டரங்கத் தலைமையேற்று உரையாற்றினார். அதே உரையைப் பாடல் நடையில் அமைத்துக்கொண்டார். அதில் 'இனிமை' என்னும் உட்தலைப்பு அமைத்துக்கொண்டு, மொழியில் எது இனிமை? என வினாத் தொகுப்பது போல் புதுவித பா முயற்சியை மேற்கொண்டு பாடினார்.

மொழி இனிமையா? பாஷை; லாங் வேஜா?
முதுமை இனிமையா? வயோதிகம் சுவையா?
மனைவியா - தாரமா? மங்கையா? ஸ்திரியா?
நாம தேயமா? 'நேமா' பெயரா?
உறவு இனிமையா? பந்துகள் வேண்டுமா?
அறமன் றம்மா? நியாய ஸ்தலமா?
இளமை இனிமையா? யௌவனம், யூத்தா?
குளிர்ந்த நீரா? தூத்தமா? ஜலமா?
திவ்வியம் தேவையா? இனிமை தேவை
இவ்வகை தொடர்ந்தே இயம்பிப் போகலாம்.
எனவே அன்பரீர் இனிமை என்பது
கனவோ நனவோ அன்று, தனித்தமிழ்
தனிச்சுவை பொதுளத் தான்நடப் பதுவே (*கனி* 8-4)

நற்றமிழ்ச் சொற்களிருக்க பிறமொழிச் சொற்களை விருப்பம் போல் பயன்படுத்தும் தமிழர்களின் இயல்பு கண்டு நாளும் நாளும் மனங்கொதித்தவர் பாவலரேறு. வாய்ப்புகள் நேரும்

போதெல்லாம் தமிழர்களுக்கு நெஞ்சம் உறைக்குமாறு முன் வைத்தவர். இது பிறமொழி மீது கொண்ட எதிர்ப்புணர்வினால் அன்று எல்லாவற்றையும் எழிலுற வெளிப்படுத்துவதற்கேற்ற இனிய சொற்களிருக்க, அவற்றை விடுத்து வடமொழியைக் கலந்து பேசுவதும், பேசுவது பிறமொழி என்கிறதான அறிவும் தெளிவுமின்றியும், அவ்வாறான பிறமொழிச் சொற்களுக்கு நேரிய, பொருளாழமிக்க தமிழ்ச் சொற்களிருப்பதை அறியாமல் இருந்த தமிழர்களை எண்ணி உளங் கொதித்தவர்.

இளைஞர்

இளைய தலைமுறையினர்க்காகப் பாவலரேறு எழுதிய பாடல்களில் முன்னர் குறிப்பிட்டுள்ள மொழி, இன, நாட்டுப் பற்றுப் போன்ற கருத்துகளின் சாறம் குறைந்து, சிறுவர்கள், இளைஞர்களின் வாழ்விற்கு ஏற்ற அறிவுரைகளின் சாரம் நிரம்பியவையாக காணப்படுகின்றன.

இளைஞர்களின் வளர்ச்சியில் இடையூறு செய்வனவாகத் தென்பட்டவற்றைக் கண்டித்து, வழிகாட்டும் பாடல்களாகப் பாடினார். ஆகவே இளைஞர்களின் வாழ்வில் அக்காலத்தில் நிலவிய இடையூறுகளை இவரின் பாடல்களின் வழியே ஒரு வாறு உணர்ந்து கொள்ள முடிகின்றது.

1977இல் எழுதிய வாழ்வியல் முப்பது என்னும் நெடும் பாடல் இளைஞர்களின் வாழ்வினுக்கு உயர்ந்த கருத்துகள் குவிந் திருக்கும் கிடைத்தற்கரிய பெட்டகமாகும். அதனை இளைய சமுதாயத்திற்கு வழிகாட்டிக் கையேடு எனில் மிகையன்று.

ஒவ்வொரு நொடியும்
உனக்கென வாய்த்தது!
எந்தவொரு நொடியும்
இழத்தல்செய் யாதே!
இவ்வொரு நொடிக்கே
ஏங்கி யிருந்தாய்
அவ்வொரு நொடியும்
அளறாவிப் பயன்பெறு! (*பாடல்* 7)

பாவலரேறுவின் பாத்திறனுக்கும் கற்பனைத் திறனுக்கு மான கட்டியமாகவும் இப்பாடல்களைக் கொள்ளலாம். கல்வி

யின் மேன்மை - ஊடகத்தின் எதிர்மறை விளைவு - மாணவப் பருவத்தின் மேன்மை - வாழ்வின் உயர்வுக்கு உற்ற வழி - வாழ்வை எதிர்கொள்ள வேண்டிய முறைமைகள் - தன் முனைப்பு. அகத்தைச் செம்மைப்படுத்த வழிமுறைகள் - உடல் நலம் பேணல் - உழைப்பின் சிறப்பு - உழவின் செம்மை - என்பன போன்ற கருத்தாழம் நிரம்பிய பாடல்களைப் பொருள் தெளிவுடன் எழுதிக்குவிக்கப்பட்டுள்ளன.

பாத் திறனின் உச்சம்

பாவலரேறு 1972ஆம் ஆண்டு 'குழந்தை' என்னும் தலைப்பில் எழுதிய பாடல் கவிதையின் - கற்பனையின் உச்சம். இவர் மீதும், இவரின் கொள்கையின் மீதும் வெறுப்புக் கொண்டவர்களும் இப்பாடலை மெச்சுவர்.

கன்னங் கரிய முடி
பசும்பொன் நெற்றி!
கருக்கொள் இளம் புருவம்
கிளிஞ்சிற் காது!
சின்னஞ் சிறிய விழி
சிமிழின் மூக்கு
சிரிப்பைக் கிழிக்கும் இதழ்
சிறு பொக்கை வாய்.

பொன்னின் பொலிந்த முகம்
பளிங்குக் கன்னம்
புறாவின் மணிக்கழுத்து
குருத்துத் தோள்கள்
மின்னல் தெறித்த ஒளி
கரைத்த சாந்தில்
வெண்ணெய் பிசைந்த உடல்
குளிர்ந்த மேனி!

செக்கச் சிவந்த நிறம்
செம்பொன் கைகள்
செவ்வொளி மொக்கு விரல்
உமி உகிர்கள்!

தக்குத்தை தாளாக்கால்
தளிர்செம் பாதம்
தாமரைப்பூங் குளிர்மை மணம்
உடல் எங்கும்.

பொக்கை வாயில் பூமணத்தை
மோந்து மோந்து
பூச்செண்டு மேனியின்மேல்
முகத்தால் நீந்திச்
சொக்கும் உளம், சொக்கும் உயிர்
சுழலும் எண்ணம்
சொல்லழியும் நினைவழியும்
சொந்தம் மாயும்   (*கனிச்சாறு* - 4)

சிறுவர்களுக்கான கவிதைகள்

கனிச்சாற்றின் 5ஆவது தொகுப்பு குஞ்சுகளுக்கு, பறவை களுக்கு, மணிமொழி மாலை என்னும் தலைப்புகளில் தொகுக்கப் பட்டுள்ளது. இதில் கோபம் தெறிக்கும் வரிகளுக்கு இடம் இல்லை. எதனையும் சாடி இடித்துரைக்கும் போக்கு இல்லவே இல்லை. மாறாகப், பாசமிகுந்த தம்முடைய இல்லத்துச் சிறார் களுக்கு, தம் அனுபவத் திரள்களிலிருந்து செம்மையானவற்றைத் தேர்ந்து அவற்றின் மீது தம் கற்பனைகளைத் தடவி, மென்மை யாகக் கூறும் பாட்டனாக பாவலரேறு வெளிப்படுகிறார்.

பிஞ்சுகளின் உள்ளம் எத்துணையளவு தாங்குமோ, எந்த வகையில் கூறினால் அவர்களின் மனங்கொள்ளுமோ அந்த அளவில் பாடியுள்ளார். கடும் போர்க்களத்தில் எதிரிகளை வீழ்த்தும் மாபெரும் வீரனாகத் தோன்றும் இவர், இந்தப் பாடல்களினால் குழந்தையிலும் குழந்தையாக மாறி விடும் பாவலராகத் தென் படுகிறார்.

சிட்டுக் குருவிபோல் சுறுசுறுப் பாயிரு
பட்டாம் பூச்சிபோல் அழகாய்ப் புனைந்துகொள்
குரங்குக் குட்டிபோல் குறும்புசெய் யாதே
வேங்கைக் குருளைப்போல் வீறுகொள் – வாழ்வில்
நாய்போல் பிறர்செய் நன்றி நினைத்திடு!   (1968)

(*கனிச்சாறு* 5-16)

இயற்கை, பெற்றொழுக வேண்டிய நற்பண்புகள், மூத்தோரைப் போற்றல், சிற்றுயிர்களிடம் அன்பு பாராட்டல், நட்பு, பகை என்பவற்றோடு சிறார்களை எந்தெந்தச் செயல்களெல்லாம் மகிழ்வூட்டுமோ அவற்றை எல்லாம், தம் பாடலின் கருவாகக் கொண்டு சமைத்து, அவற்றுடன் தமிழ் கலந்து தருகிறார். பாவலரேறு தமிழின் மீது கொண்ட காதல் - பக்தி - நம்பிக்கை ஆகியவற்றின் தரம் 'தமிழ்த்தாய் அறுபது' எனும் பாடலில் வெளிப்பட்டுள்ளது. ''09.03.1953 அன்று ஓரகவையுள்ள எம் மகள் பொற்கொடிக்குக் கடும் காய்ச்சலும், மார்ச்சளியும் வந்து ஐந்தாறு நாட்களாக மிகக் கொடுமை செய்தன. அதுகால் ஓர் இரவு முழுதும் நொந்து வருந்தி, நோய் தீர்க்கும் பொருட்டுத் தமிழ்த்தாயை வேண்டி எழுதிய பாக்கள் இவை. இவற்றை எழுதிய ஓரிரு நாட்களில் குழந்தை சாவினின்று மீண்டது குறிக்கத் தக்கது'' என்று அப்பாடல் எழுதப்பட்டதன் நோக்கத்தைக் குறிக்கிறார். இதன்மூலம் தமிழைத் தம்முடைய இறையாகவும் நம்பிக்கையாகவும் கருதியவர் என்பது புலப்படுகிறது.

காதல், இயற்கை, இறைமை போற்றும் நெஞ்சம்

காதல் உலகனைத்திற்கும் பொது. உயிர்களனைத்தும் காதல் உணர்வினுக்கு ஆட்பட்டுள்ளது. காதல் உணர்வு எளிய மனிதனுக்கு ஏற்படும்போது பெரிதாக்கப்படுவதில்லை. ஆனால் பாவலனுக்கு உண்டாகும் காதல் எல்லை கடந்தும், காலம் கடந்தும் நிலைபேறு அடைகின்றது. காதலுக்கு மேலும் ஒரு புது வடிவம் நிலைப்படுகின்றது. இது ஒரு நிலை.

தம் காதல் உணர்வினுக்கு ஆட்படவில்லையாயினும் பிறர் காதலைக் கண்டு, தம்மை அதனுள் உட்செலுத்தி பா புனைவது மற்றோர் நிலை.

உடல் சார்ந்ததாக இல்லாமல், உள்ளம் சார்ந்தது மற்றோர் நிலை. இவை எல்லாவற்றுக்கும் மேலாக, இயற்கை மீதும், இறைவன்மீதும் உள்ளன்போடு கொள்ளும் காதல் உணர்வுகளின் உச்சம் எனலாம். அது உடல் விருப்பம் என்பதையும் தாண்டி, மெய்ம்மை நிலையடைய ஏதுவாகும் பேறு நிலையாகும்.

பாவலரேறுவின் பாடல்களில் மனிதர்களுக்கிடையிலான வெகு இயல்பான காதலும், அடுத்த நிலையில் காணப்படும்

இயற்கை காதலும் அதற்கும் மேலாகவுள்ள இறைநிலைக் காதலுடன் கலந்து பாடப்பட்டுள்ளன.

கொத்தும் என் உள்ளத்தைப் பாராய் - அது
கூறும் மருந்தினை நீவந்து தாராய்!
செத்துக் கொண்டேவரு கின்றேன் - உடல்
தென்பு குறைந்ததென் அண்டையில்நில்' லெனப்
புத்தம் புதுவுரை சொன்னேன் - அவள்
'போவீர்', மருத்துவர் தம்மிடம் சொல்வீர்;
தொத்திக் கொள்ளும் கொடுநோயோ! பெருந்
தீப்பிணியோ அத்தான்' என்றாள்; வியந்தேன்;

காதலென் றாலென்ன? வென்றாள்; உன்
கன்னத்தை நீட்டு; நான் காட்டுவேன்! என்றேன்;

தோதறி யாதவள் வந்து - கனிச்
சுவைதருங் கன்னத்தைக் காட்டிநின் றாளே!
மாதுளை முத்துச் சிவப்பில் - என்
மாயிதழ் தோய்ந்தட தோளை அணைத்தேன்!
'யாதுசெய் தாய்? எனக் கூறி - என்
அத்தை வந்தாள்; உளம் செத்து நின்றேனே! (1952)
(*கனிச்சாறு* - 5)

முத்த வித்து என்னும் தலைப்பிலமைந்த இந்தப் பாடல், இயல்பான காதலுணர்வின் அழகான வெளிப்பாடாகும். எல்லா ருடைய வாழ்விலும் மிகச் சாதாரணமாக நடைபெறும் உரை யாடல் செய்கையின், ஈர்ப்பின் பதிவாகும்.

களிப் புற்றாய் போல் கடலே கடலே
ஒளிப் புனல் அலைக்கை ஓயா தோச்சி
சுழித்துச் சுழித்துக் கூத்திடு கின்றாய்!
கொழித்துக் குலுங்கும் கவின்மிகு கடலே
என்று தொடங்கினை இத்திருக் கூத்தினை
இன்றும் என்றும் இமைப்பொழு தாகிலும்
நின்றிசை முழக்கா திருந்தனை சொல்லோ? (1955)

பூவிரித்தாய்; வண்ணப்
பொழில் விரித்தாய்; தென்னைத்தேன்
மாவிரித்தாய்; வாழை பலாவிரித்தாய் - நாவரிக்கப்

பாவிரித்தேன் பண்டைப் புகழ்பாடும் வண்டினஞ்சூழ்
காவிரித்தாய் காவிரித்தாய் என்று   (1956)

கடலைப் பார்த்து வினா தொடுப்பதைப் போன்றும், இரண்டாவது பாடல் காவிரியின் பயன்மிகு செயல்பாடுகளைப் போற்றுவது போன்றும் அமையப் பெற்றவையாகும். இயற்கையைப் பாடும் போது உலகின்கண் காணப்படும் வேற்றுமையின் நிழல்கள், ஒழுக்கமற்ற இழிசெயல்கள் யாவற்றையும் பின்னுக்குத் தள்ளி விட்டு, புதுப்புது இயற்கைக் காட்சிகளை கண்டு வியக்கும் சிறு குழந்தையைப் போலவும், மிக நுட்பம் வாய்ந்த ஒளிப்படக் கலைஞனைப் போன்றும் உருமாற்றமடைந்து விடுகிறார் பாவல ரேறு. அவர் உருமாற்றம் அடைவது மட்டுமன்றி நம்மையும் அந்த இயற்கையின் ஒரு மூலையில் கைப்பிடித்து அழைத்துச் சென்று அங்கேயே விட்டு, தாம் மட்டும் திரும்பி விடும் கலைகளை இவரின் எழுத்து கொண்டிருக்கின்றது.

கனிச்சாறு முதல் மூன்று தொகுதிகள் முதலில் வெளி யாயின. அந்த மூன்று தொகுதிகளுக்கும் 03.06.1980 நாளிட்ட இந்து நாளிதழில் திரு. இரா. சுந்தரேசன் என்வர் எழுதிய திறனாய்வை வெளியிடப்பட்டது.

பாவலரேறுவின் கொள்கையின் மீதும் அவர் மேற் கொள்ளும் போராட்ட வடிவங்களின்மீதும், விருப்பமில்லாமல் எதிர்போரும் அவருடைய எழுத்தாற்றலை அதன் பா அழகை - மொழி நேர்த்தியை - பயன்படுத்தும் உத்தி முறைகள் போன்ற வற்றால் எளிதாக ஈர்க்கப்படுவர். தம்முடைய படைப்பாற்றலின் காரணமாக மாறுபட்ட கருத்தாளர்களாலும் பெரிதும் விரும்பப் படுபவர் பாவலரேறு என்பதற்கு இது ஒரு சான்றாகும்.

5. கட்டுரையாளர்

செயலும் செயல்திறனும்

பாவலரேறுவின் மாறுபட்ட நூல்களின் பட்டியலில் செயலும் செயல்திறனும் எனும் நூலும் அடங்கும். அவர் நடத்திய தமிழ்ச்சிட்டு என்னும் சிறுவர் இதழில் 1980 முதல் 1987 வரையிலான ஏழாண்டுகளில் 56 தொடர்களில் வெளி வந்த ஆசிரியவுரைக் கட்டுரை இந்த நூல் வடிவை எய்தியுள்ளது. 29 உட்தலைப்புகளில் ஆன அரிய நூலாகும்.

பொதுவாக, இலக்கியங்களின் வழியே மக்களின் வாழ்நிலை - மொழி - இனப்பற்றை உயர்த்துவதற்கான நல்ல கருத்துகளை ஆலோசனைகளை வழங்கி, வாழ்வைத் தரப்படுத்தும் இலக்கைக் கொண்டமையும் படைப்புகளை அளிப்பது பாவலரேறுவின் அடிப்படை இயல்பு. இந்நூலில் மொழி - இன - நிலப் பற்று என்பன சிறிதும் தலைகாட்டாமல், வினைகள் ஆற்றும் நேரங்களில் மேற்கொள்ள வேண்டிய அறிவுரைகள் அடங்கிய கையேடாக விளங்குகிறது. பாவலரேறு அவர்கள் எல்லாத் துறைகளையும் அறிந்துணர்ந்தவர் என்பதின் வெளிப்பாடு இந்நூலாகும்.

''இக்காலத்து இளையோரில் பலரும் பெரியோரில் சிலரும் செயல் பற்றியோ அல்லது செயல் திறன் பற்றியோ, அடிப்படைத் தெளிவேயில்லாது அலமரலுற்று உழன்றவாறே தாறுமாறாய் இடறி வீழ்ந்து இயங்கிக் கொண்டிருக்கும் அவல நிலைகளைக் கண்டு அவற்றை அகங்கொண்டு அன்னார்க்கென மிக்க கழிவிரக்கங்கண்டு நம் பெருமதிப்பிற்குரிய ஐயா பாவல ரேறு அவர்கள் இந்நூலை மிகமிக அருமையாக யாத்தளித்துள் ளார்'' என்று முன்மொழிவுரையளிக்கிறார் சொல்லாய்வறிஞர் ப. அருளியார்.

இந்நூலினைத் தாம் எழுத எண்ணிய சூழலை விவரிக் கையில் ''இக்காலத்து இளைஞர் பலரும் பெரியவர் சிலரும் வினை அல்லது செயல் என்பது பற்றியோ, வினைத்திறன் அல்லது செயல்திறன் என்பது பற்றியோ, ஆழமற்ற அறிவுடைய வர்களாக உள்ளதைப் பல நிலைகளிலும் கண்டு மிகவும் வருந்தி யிருக்கின்ற ஒரு நிலையே இக்கட்டுரைத் தொடரை எழுதத் தூண்டுகோலாய் இருந்தது'' என்று விவரிக்கிறார் பாவலரேறு (ப. 24). இவை யாவற்றையும் குறித்த பரந்துபட்ட பார்வையை இந்நூலில் பதிவு செய்துள்ளார் பாவலரேறு. அவருடைய கருத்துக்களுக்கு வலுச் சேர்க்கும் வகையாக திருக்குறள் பொருத்த மாக எடுத்தாளப்பட்டுள்ளன. திருக்குறள் ஆளுமை மேம்பாடு குறித்து மிக ஆழமான கருத்துக்களைக் கொண்டுள்ளமையை மிகவும் எளிமையாகப் புலப்படுத்துகிறார்.

இந்நூலின்கண் காணப்படும் குறிக்கத்தக்க ஒரு கூறு இதன் மொழிநடையாகும். தமது அனைத்துப் படைப்புகளிலும் கற்றறிந்தோரே சற்று உற்றுப் படித்து பொருள் விளங்கிக் கொள்ளும் நடையைக் கையாளும் பாவலரேறு, இந்த நூலில் பாமரரும் படித்துணரும் வகையில் மிக எளிய நடையைக் கையாண்டுள்ளார்.

இளைய தலைமுறை நடப்புச் சூழலில் ஆளுமை, ஆளுமை மேம்பாடு, வினையாற்றுவதில் காணப்பட வேண்டிய நுட்பமான அறிவு போன்றவற்றை முன்னெடுப்பதில் பெரும் முயற்சிகளை மேற்கொண்டு வருகிறது. வினையாற்றல் - கல்வியாற்றல் போன்ற நிலைகளில் பெரும் குழப்பம் நிலவு கிறது. கல்வி கற்ற பின்னர் திக்கறியா காட்டில் விட்டதைப் போன்ற அடர்ந்த இருள் சூழ்ந்துகொள்கிறது.

கல்வி கற்பதில் மேலோங்கி நிற்கும் இளைய தலைமுறை தனக்காக வேலை வாய்ப்பு, தம் வாழ்வை வடிவமைத்தல் போன்ற வற்றில் சுணங்கிக் காணப்படுகிறது. மனத்திடத்தை - நல் வழி காட்டலைக் கற்றுத் தருவதில் நம்முடைய கல்விமுறை மறந்து விடுகிறது. சமூகத்தில் எழுகின்ற சிக்கல்கள் யாவும் இளைய தலைமுறையின் நடத்தையின் அடிப்படையிலிருந்தே தொடங்கு கிறது. தன்னை அறிதல் என்பதையும் நம்முடைய கல்விமுறை கற்றுத் தருவதில்லை.

தாம் யார்? தம்முடைய ஆற்றல், செயல்திறம், செயல் நேர்த்தி போன்றவற்றை உணர்ந்துகொள்ள முடியாத தலைமுறை மேன்மேலும் உருவாகிக்கொண்டே வருகிறது. இதுபோன்ற நிலை தொடருமேயானால் ஒட்டுமொத்தச் சமூகமும் அல்லல் படுவதேயன்றி வேறு மாற்றுச் செயல் நிகழ்வது முயற்கொம்பு ஆகி விடும். தன்முனைப்பு தவிர்க்கவியலா ஒன்றெனினும், ஒரு வினையால் நமக்கு விளையும் பயன் ஒரு பங்கு. பிறர்க்கு மூன்று பங்கு நன்மை விளைய வேண்டிய அளவாக எண்ணி வினை யாற்ற வேண்டுமென்ற கருத்து இந்நூலின்கண் வெளிப்படுகிறது.

செயலாற்றுகையில் இருக்க வேண்டிய மிகச் சிறிய வினை நுட்பங்கள் முதற்கொண்டு எல்லாவற்றையும் ஒன்று விடாமல் எடுத்துக் கூறுகிறது. இதன் தலைப்புகள் துவண்டிருக்கும் மனத்திற்குப் புத்துணர்வைப் பாய்ச்சுகின்றன. செயலூக்கத்திற்கு எதிராக நிற்கும் அகத்தாக்கம் எவையெவை, புறத்தாக்கம் எவை எவை அவற்றை மேற்கொள்ள உரிய வழிமுறைகள், வினை யாளர்களின் திறன்களை 40 நிலைகளில் விளக்கும் பட்டியல் என ஒரு வழிகாட்டிக் கையேடாக விளங்குகிறது. பலவற்றை எடுத்துக்காட்டுகள் கூறி விளக்குகின்ற பாங்கு சிறுவர்களுக்குக் கூறுவதுபோல் இருப்பினும் பெரியவர்களுக்கும் கூறவேண்டிய அருமை அமைந்துள்ளது.

நல்லவற்றை நாடவும், அவற்றைப் பிறர் மனங்கொள்ளு மாறு இனிதாக எடுத்துச் சொல்லவும் வேண்டும். செயல்கள் எவ்வெவ்வகையில், எவரெவர் மேற்கொள்ள வேண்டும். அவை எவ்வெவ்வாறு செய்யப் பெறுதல் வேண்டும். என்னென்ன முயற்சிகள், முன்னெச்சரிக்கைகள், முன்னேற்பாடுகள் அவற்றுக்குத் தேவை, செயல்களுக்கு இடையில் வரும் இடையூறுகள், இடர்ப்பாடுகள், பெருந்தடைகள், ஆள் தடைகள் எவ்வெவ் வாறு இருக்கும், அவற்றை எப்படிக் கடந்து மேற்செல்லுதல் வேண்டும், நல்ல அரிய பயனுள்ள செயல்களைத் திறம்படச் செய்வது எப்படி? எவ்வெவற்றில் எத்தகைய கவனமும் கண் காணிப்பும் கொள்ளுதல் வேண்டும். அவற்றுக்கு எவ்வெவரைத் துணையாளராகவும் பணியாளராகவும் கொள்ளுதல் வேண்டும் (ப. 18) என்று மேலாண்மை சார்ந்த படிப்புகள் பெருகி விட்ட சூழலில், திருக்குறளின் வழியே, இக்காலத்திற்குப் பொருத்தமான

மேலாண்மை கருத்துகளை, யாவரும் விளங்கிக் கொள்ளும் வகையில் எழுதியுள்ள பாவலரேறுவின் திறனும், சமூகத்தின் மீதான அக்கறையும் ஒருங்கமைந்ததன் வெளிப்பாடே செயல் செயல்திறனும் ஆகும்.

தன்னுணர்வு

பாவலரேறுவின் பின் திறன்களில் மொழிபெயர்ப்பும் ஒன்றாகும். எமர்சன் என்பவர் சிறந்த மெய்யியலறிஞர். அவரு டைய 'Self reliance' என்னும் ஆங்கிலக் கட்டுரையின் தழுவலே 'தன்னுணர்வு' எனும் குறுநூலாகும். பாவலரேறு இந்நூலை மொழிபெயர்த்துள்ளார். அக்கட்டுரையை வரிக்குவரி மொழி பெயர்க்காமல், அதன் கருத்துகள் சிதையா வண்ணம் தமிழ்ச் சூழலுக்கேற்றாற் போல மொழிபெயர்த்துள்ளார். இக்கட்டுரை ஏற்கனவே சில அறிஞர்களால் மொழிபெயர்க்கப்பட்டிருந்தாலும், அவை தமக்கு மனநிறைவுத் தராமையால் இதன் இன்றி அமை யாத சிறப்புநிலைக் கருதி, இதனைத் தாமே விரும்பி மொழி பெயர்த்ததாகக் கூறுகின்றார்.

இக்காலத்தில் இளைய தலைமுறையினர் கல்வி வளர்ச்சி யிலும், அறிவு மேம்பாட்டிலும் நினைப்புக்கு எட்டாத தூரத்தில் மிக வேகமாகச் சென்று கொண்டிருக்கின்றனர். அவர்கள் ஆற்றல் அவர்களுக்கு முந்தைய தலைமுறையினரை விடவும் ஏறத்தாழ 20 ஆண்டுகளுக்கு முன்னோக்கி உள்ளது. எல்லாவற்றையும் எளிதில் தன் வயப்படுத்தக்கூடிய அறிவுக் கூர்மை கைவரப் பெற்றுள்ளனர். எல்லாவற்றிலும் மிதமிஞ்சி நிற்கும் இக்கால இளைஞர்கள் மனவலிமைக் குன்றி, அதனால் பல இன்னல் களைத் தாமே வருவித்துக் கொள்கின்றனர்.

மனம் தூயதாக, மாசில்லாததாக இருக்க அதை நல்ல நிலைகளில் கொண்டு செலுத்துதல் நம் கடமை. உடல் நலத் துக்கு உடற்பயிற்சி தேவை போலவே, மனநலத்துக்கும் மனப் பயிற்சி தேவை. மனத்தை நல்லவற்றில் ஈடுபடுத்துவது அறிவு. அறிவு நல்லவற்றில் ஈடுபடத் துணை நிற்பது மனம் (ப. 15). மன வளமைச் சார்ந்த நூல்கள் அங்கொன்று இங்கொன்றுமாக மிகக் குறைந்த அளவிலேயே உள்ளன. நம்முடைய கல்வி

முறையும் மனப்பாடக் கல்வி முறையாக - மதிப்பெண் குவிக்கும் எந்திரத்தனமான கல்வி முறையாகவே வடிவமைக்கப் பெற்றுள்ளது.

இளைஞர்களின் மனத் தேவையைப் புரிந்து நடக்கும் சூழலைக் கல்வி நிறுவனங்களும், பாட முறையும், பெற்றோரும் அறவே தருவதில்லை என்பதைச் சுட்டிக் காட்டி, மனத்தைப் பக்குவ நிலைக்குக் கொண்டு வருவதற்கான நல்ல கருத்துகளை இந் நூலின் வழியே வழங்குகிறார்.

வாழ்க்கை என்னவென்ற அடிப்படைப் புரிதலில்லாமல், அதிகப்படியான பணத்துடன் வாழ்வதையே வாழ்க்கை என்ற எண்ணம் பலரிடமும் ஆழ ஊன்றியுள்ளது. அந்நிலையை முறியடிக்கின்றன பாவலரேறுவின் வரிகள். வாழ்க்கை என்பதற்கான இலக்கணத்தை, நோக்கத்தைப் பின்வருமாறு குறிக்கிறார். ''நம் வாழ்க்கையின் நோக்கம் வாழ்க்கையே. ஊரார் மெச்சுதல் வேண்டுமென்பதன்று. வாழ்க்கை வெளிக்கு மட்டும் பகட்டாக இருந்து நிலையான தன்மைக்கு மாறாக இருந்து விடுவதன்று. நம் கடமை என்னவென்பதுதான் நம் வாழ்க்கைக்குப் பொருளே யொழிய, நம்மைப்பற்றி மக்கள் என்ன நினைக்கிறார்கள் என்பதை அறிவது நம் வாழ்க்கை கடனன்று'' (ப. 4) என்கிறார். வாழ்க்கை என்பது போலியாக இல்லாமல் உண்மையாக வாழ்தல் என்பதை அறிந்து முன்னிறுத்துகிறார். வாழ்க்கையை அதன் போக்கில் செலுத்துவது என்பது வேறு. சில வரையறைகளை வகுத்துக் கொண்டு முறையாக வாழ்வது என்பது வேறு. வாழ்க்கை ஒவ்வொருவருக்கும் கிடைத்திருக்கும் இணையில்லா பரிசாகும். ஆனால் அந்த வாழ்க்கையை அற்ப காரணங்களுக்காகப் பலர் எளிதில் தூக்கி எறிந்துவிட்டு உயிரை மாய்த்துக் கொள்ளுகின்றனர். வாழ்க்கையை எவ்வாறெல்லாம் சுவைத்து வாழ வேண்டுமென்பதை அழகிய முறையில் வெளிப்படுத்ததுகிறது இந்தப் பகுதி.

தொய்வடைந்த உள்ளத்திற்கு நல் ஊக்கியாக இந்த நூல் படைக்கப்பட்டிருக்கிறது. சமுதாயத்தின்மேல் - இளைய தலைமுறையின் மேல் பாவலரேறு கொண்டிருந்த அக்கறை மூல நூலாசிரியனின் கருத்தினொடு இரண்டறக் கலந்து, ஊக்கமளிக்கும் நல்ல தமிழ்நூலாக மிளிர்கிறது.

கற்பனை ஊற்று

சில வேளைகளில் மனிதர்க்கும் அவனுக்குச் சூட்டப் பெற்ற பெயருக்குமான பொருத்தங்கள் மலைக்கும் மடுவுக்கு மான இடைவெளியைப் போன்று இருக்கக் காணலாம். சில நூல்களுக்கு இடப்பட்டிருக்கும் தலைப்பும் அவ்வாறே அமைந் திருக்கும். தலைப்பு ஒன்றாகவும் அதன் போக்கும் பொருளும் வேறொன்றாகவும் அமைந்திருக்கும். ஆனால் 'கற்பனை ஊற்று' என்னும் நூலின் தலைப்பு. அந் நூலிற்கு முற்றும் பொருத்தம் உடைய தலைப்பாகும். ஏனெனில் ஒவ்வொரு வரிகளிலும் கற்பனை ஊற்றுப் பொங்கி வழிகிறது. தமிழின் மொழி வளத் திற்குச் சான்றாக அமைந்த இந் நூல், மிதமிஞ்சிய கற்பனைகளின் அழகிய வெளிப்பாடாகும்.

இந் நூல் 1997ஆம் ஆண்டு முதற் பதிப்பாக ஆக்கம் கண்டிருந்தாலும், பாவலரேறு அஞ்சல் துறையில் எழுத்தராகப் பணியாற்றிய வேளையில் எழுந்ததே இக் கற்பனை ஊற்று ஆகும் 'என் இடக்கை பண விடைத்தாளோ, அஞ்சலட்டையோ, உறையோ எடுத்துக் கொடுத்துக் கொண்டிருக்கும். வலக்கை கற்பனை ஊற்றில் முழுகிக் குளித்துக் கொண்டிருக்கும், மனமோ வானில் மிதக்கும்.

நான் ஒப்பியதை - என் மனம், அறிவு ஒப்புக்கொண்டதை எழுதிக் கொண்டிருக்கிறேன்.

தூய்மையான எவருக்கும் பணியாத - எந்த நலத்தையும் எதிர்பாராத - நிலையில் நின்று எண்ணியவை - எழுதியவை இக் கட்டுரைகள்! எனக் கற்பனை ஊற்று ஆக்கத்தையும் அதன் எண்ணப் பின்புலத்தையும் வெளிப்படுத்துகிறார் பாவலரேறு (*கற்பனை ஊற்று*, ப. 6).

29 தலைப்புகளில் அமைந்த கட்டுரைகளின் தொகுப்பே அந் நூலாகும். அந் நூலைப் படிக்குந்தொறும் உள்ளெழும் மனப் புத்துணர்வை கற்பனை ஊற்றில் மிதப்பதைத் தவிர்க்க முடியாது. வழக்கமாக எல்லாவற்றிலும் தமிழையும், இனத்தை யும் நாட்டு நலத்தையும், தனித்தமிழ் உணர்வையும் வெளிப் படுத்தும் பாவலரேறு, இந்நூலில் அதனை எங்கிலும் பரவ விட வில்லை. நூல் முழுமையும் கற்பனையின் உச்சாணிக் கொம்பில்

நின்று படைத்துக் காட்டுகின்றார். கருத்து என்பது ஒருபுறம் இருக்க, கற்பனை வளம் நம்மை மெய் சிலிர்க்க செய்து விடுகிறது. யாவரும் சிந்திக்காத புதுப்புது கோணங்களில் எளிய மொழிகள் நெஞ்சை விட்டகலாமல் ஒட்டிக் கொள்கின்றன. கவிதைகள் மனத்தை மகிழச் செய்து புத்துணர்வூட்டுவது இயல்பு. ஆனால் இவரின் உரைநடையோ அத்தகைய புத்துணர்வை வழங்குகிறது. பாவலரேறுவின் வெற்றி, கூறவிழைந்த கருத்தி னொடு தாம் மட்டும் பயணிக்காமல், அந்தப் பயணத்தினூடே நம்மையும் உடன் அழைத்துச் சென்று கற்பனை ஊற்றை முழு வதுமாக அனுபவிக்க செய்து விடுகிறார். புலமையும் இங்குக் காணமுடிகிறது.

உள்ளத்தின் இயல்பை, அதனை வைத்துக்கொள்ள வேண்டிய முறைமையினை,

ஏ உள்ளமே
உன் அணிவுகள் பல!
உன் கோலங்கள் பல!
முன் நினைத்ததைப் பின்னால் விலக்குவாய்
பின் நினைப்பதை முன்னாள் வெறுத்திருப்பாய்
வான் கிழிய ஓலமிடும் வான் கப்பலும்,
ஊர் கிழிய ஊசலிடும் புகை வண்டியுந்
வீதி கிழிய இரைந்து செல்லும் நெய்யியங்கியும்
உன்னை உயர்ந்தனவாக ஆக்கி விட முடியாது.

பூச்சியினும், புழுவினும், பறவையினும் விலங்கினும் நீ விரைந்து போவதையும், விரைந்து உண்ணுவதையும் குதித்து மகிழ்வதையும் உன் முன்னேற்றம் என்று எண்ணிவிடாதே (ப. 13) என உள்ளத்தின் இயல்பையும் அதனை ஒழுக வேண்டிய முறையை எளிய மொழிகளில் விளக்குகிறார். பொதுவாக உரை நடையில் ஒன்றை விரிவாகக் கூறுவதற்காக பயன்படுத்துவர். ஆனால் இவரோ உரைநடையையும் துன்பத்தைக் குறித்து இவர் எழுதியவை கற்பனை என்னும் தங்கக் குடத்திற்குத் திலகமிட் டாற் போன்று அமைகிறது 'துன்பம்' பாவலரேறுவின் கற்பனை யால் பின்வருமாறு விரிகிறது.

ஒளியற்ற நீ இருளின் புகலிடம்
இரக்கமற்ற நீ வாழ்வின் புயல், நீ முத்தமிடாத உயிர்கள் இல்லை

உன் அணைப்பை விடுவித்துக்கொள்ளாமல் உன்னோடு
இணைபவர் பலபேர். நீ தீண்டினால் சாவோர் உண்டு
நீ குடிகொண்டதால் குடிகெட்டவர் பலர் (ப. 51).

அன்பும் அறிவும் என்னும் தலைப்பில் ஒரு குறுங் கட்டுரையை எழுதியுள்ளார். அதில் அன்பின் தன்மைகள் அதன் ஆழம் அதன் வெளிப்பாடு போன்ற இன்னவற்றை மனத்தில் பதியும் வகையில் சுவைபட இயம்பியுள்ளார். அறிவு என்னும் பொருளில் அமைந்த செய்திகளும் இத்தன்மைத்தே.

'எது வாழ்க்கை' என்னும் கேள்வியைப் பல்வேறு நிலைகளில் முன்வைக்கிறார் பாவலரேறு. வாழ்வின் மீது அனைத்துக் கோணங்களிலும் தம்முடைய கற்பனையைப் படரவிட்டு அடுக்கடுக்கான வினாக்களால் கட்டப்பட்ட அக்கட்டுரை எது வாழ்க்கை? என்பதற்கான விடையை முன்வைக்கிறது. அன்பும் அறிவும் ஒன்றையொன்று பின்னிப் பிணைந்து ஒன்றின் ஒன்று குறையாதவாறும், கூடாதவாறும் இணைந்து நின்று பண்பாள் வதே வாழ்க்கை (ப. 19).

என் உயிர்த் தலைவனே
என் வாழ்வே நீ
நின்னொடு எண்ணப் பொருந்துவதே என் வாழ்க்கை

என்று இந்த இல்வாழ்க்கை என்பது இறைவனொடு இரண்டறக் கலத்தல் என்பதே என்று நிறைவு செய்கிறார்.

இளமை விடியல்

இன்றைய அறிவியல் உலகம் நம்மை வேறு தளத்திற்குக் கொண்டு சென்றுள்ளது. நம் இளைய தலைமுறையினர் அறிவு வளர்ச்சி என்று நம்பப்படுகின்ற தொழில்நுட்ப அறிவில், கருவி களைக் கையாளுகின்ற ஆற்றலில் பல ஆண்டுகள் முன்னேறி உள்ளனர். ஆனால் அது அறிவா? என்றால் இல்லை. இன்றைய இளைஞர் களின் வேகம் எங்குக் கொண்டு செல்லும், இதனால் விளையப் போகும் இடர்ப்பாடுகள் என்பனவற்றை உணராது முன்னிலும் வேகத்தை அதிகரித்துச் செல்கின்றனர். நல்ல படைப்பாளன் - சமூகத்தின் அக்கறை எந்த மனிதனும் தனக்குப் பின் வரப் போகும் தலைமுறையினரைக் குறித்த கவலை எப்பொழுதும்

கொண்டிருப்பவனாகிறான். அத்தகைய கவலை அவனுடைய படைப்பில் - எழுத்தில் பேச்சில் தொடர்ந்து வெளிப்பட்டுக் கொண்டேயிருக்கும். இன்றைய இளைய சமுதாயத்தினர்க்கு வழிநடத்தக் கூடிய வழிகாட்டிக் கையேடு பாவலரேறு எழுதிய நூல் 'இளமை விடியல்' என்பதாகும். ஆண்-பெண் உறவு நிலை களையும், பிறவற்றையும் மனவியல், அறிவியல், உடலியல் என்னும் மூன்று நிலைகளைச் சார்ந்து சிந்தித்து, எழுதிய 39 கட்டுரைகளின் தொகுப்பே இந்நூலாகும். இக்கட்டுரைகள் யாவும் பாவலரேறு தம்முடைய 'தமிழ்ச்சிட்டு' இதழில் ஆசிரிய உரைகளாக எழுதியவைகளாகும்.

எப்படியும் வாழலாம் என்ற மனப்போக்குடன் வாழும் இளைஞர்களை ஓர் ஒழுங்குடன் வாழவேண்டுமென்ற கருத்து களை முன்வைப்பது இந்நூலின் அடிப்படை நோக்காகும். வாழ் வியல் நெறிமுறைகளைப் பின்பற்றுவதில் ஆண்-பெண் பேதம் இல்லை. கற்றவர் - கல்லாதவர், பொருள் வளத்தில் மிகுந்தவர் - குறைந்தவர் என்கிற மாறுபாடில்லாமல் யாவருக்குமான சீரிய வழிகாட்டலை முன்வைக்கிறார் பாவலரேறு. செப்பம் செய்ய வேண்டிய பருவமாகிய இளையோர் எதையும் எளிதில் பற்றி எளிதில் விடாத பருவத்தினர். அத்தகைய பருவத்தைச் சரியாக வழி நடத்தாவிடின் எல்லா துயரங்களுக்கும் அது காரணமாகி விடும். இளையோர் வாழ்விலுக்குத் தேவையான ஆழ்ந்த கருத்துக்களை மிக எளிய நடையில், எதார்த்த நிலையில் காண்கிற மனிதர்களின் செயல்பாடுகளை வைத்தே கூற வந்ததைக் கூறி செல்கிறார். பெரும்பாலோர் ஏதோ, சும்மா என்ற இரு சொற் களையும் எவ்வித காரணமுமின்றி அடிக்கடி பயன்படுத்து வதைக் காணமுடியும். இவ்வாறு பயன்படுத்துவது இயல் பானவையன்று. அது உளவியல் சார்ந்தது என்பதை முன்வைத்து பாவலரேறு எழுதிய கட்டுரையே 'ஏதோ'வும் 'சும்மா' வும் என்கிற முதல் கட்டுரை.

'காலையில் எழுந்தது முதல் படுக்கைக்குப் போகும் வரையில் எந்த வேலையிலும் இவர் சரியான ஈடுபாடாக இருக்க மாட்டார். இப்படிப்பட்டவர்தாம் திருவாளர் 'ஏதோ' அவரைப் பார்த்து, எப்படி ஐயா இருக்கின்றீர்கள் என்றால், புன் சிரிப்புச் சிரித்தபடி, '..ம். ஏதோ இருக்கிறேன் என்பார். என்ன படிக்கின்றீர்கள்? என்றால், ஏதோ பொழுது போகவில்லை

என்பதற்காகப் படிக்கின்றேன் என்று சொல்லி நமுட்டல் சிரிப்பாகச் சிரித்து மழுப்புவார். 'வாழ்க்கை எப்படி' என்றால் ஏதோ இருக்கிறது என்று சொல்வார். இப்படி 'ஏதோ பிறந்து 'ஏதோ' வாழ்ந்து, 'ஏதோ' இறந்து போகின்றவர்தாம் திருவாளர் ஏதோ.

இன்னொருவர் திருவாளர் 'சும்மா', இவர் 'ஏதோ' வைப் போல் இல்லாமல் மிகவும் சுறுசுறுப்பானவர். இவரிடம், ஏதாவது கேட்டாலோ 'சும்மா' என்ற சொல்லைப் போட்டே மழுப்புவார். எங்கே இப்படி மிகத் தொலைவாக வந்து விட்டீர் கள்' என்று நாம் அவரிடம் கேட்டால் 'சும்மா இப்படி வந் தேன்' என்று உடனடியாக விடை சொல்வார். 'என்ன, பெரிய வீடாகக் கட்டிவிட்டீர்களே? என்றால் 'சும்மா' இப்படிக் கட்டினேன் என்பார். (*ப.* 2-3) என்று ஏதோவையும் சும்மாவை யும் அடையாளங் காட்டுகிறார். இந்த மனிதர்களிடமிருந்து தள்ளியிருக்க இளைஞர்க்கு அறிவுறுத்துகிறார்.

பொதுவாக, ஆண் - பெண் நிலைகளில் சமத்துவம் பேணப்பட வேண்டுமென்று குரலெழுப்பிய இவர், சில அடிப் படைக் கூறுகளில் சமநிலைப் பேணுவது பொருளற்றதாகி விடும் என்கிறார். உடலியல், மனவியல் சார்ந்து நோக்கும்போது அதற்கான அடிப்படை விளங்கும்.

பெண்களிடம் உள்ள அன்புணர்வும் இரக்கவுணர்வும் தாய்மைக் குணமும், ஆண்களிடம் கட்டாயம் இருப்பதில்லை. அதே போல் ஆண்களிடமுள்ள முரட்டுத் தன்மையும் வரட்டுத் துணிவும் மறவெழுச்சியும் பெண்களிடம் இருப்பதில்லை. இது மனவியல். உள்ளத்தைச் சார்ந்தது.

அதே போல் ஆண்களுக்கிருக்கும் புறவுலகப் பட்டறிவும், ஒன்றை ஆய்ந்தறிகின்ற அமைவுணர்வும் பிறர்க்காகத் தன்னை அழித்துக் கொள்ளும் ஈகைவுணர்வும், உலகியல் தந்திரமும், செயல்திறனும் பெண்களுக்குப் பொதுவாக இருப்பதில்லை. இது அறிவியல், மூளை சார்ந்த இயற்கை. (*இளமை விடியல் - முன்னுரை ப - கரு*).

பாவலரேறுவின் இந்தக் கருத்தை முற்றிலும் ஏற்பதற்கு இல்லை. ஏனெனில் பெண்களுக்குரியதாக இவர் கூறும் அன்பு, இரக்கம் போன்ற குணங்கள் ஆண்களுக்கும் உண்டு. ஆண்களுக்கு உரியதாகக் கூறும் முரட்டுத்தன்மை, மற உணர்வு, புறவுலகப்

பட்டறிவு, ஒன்றை ஆய்ந்தறிகின்ற அறிவு, செயல்திறன் யாவும் வாய்க்கப்பெற்ற பெண்களும் உண்டு.

பாவலரேறுவின் வழக்கமான தமிழின நல் மேம்பாட்டுக் கருத்தை, இளைய சமுதாயத்திற்கும் ஊட்டும் வகையில் கட்டுரைகள் இடம் பெற்றுள்ளன. தமிழன் என்றே சொல்லுங்கள், தமிழை விரும்புங்கள்; தமிழரை நேசியுங்கள், தமிழ்நாட்டுப் பற்றுக் கொள்ளுங்கள் என்பதான கட்டுரைகள் தமிழின் மேன்மை களைக் கூறுகின்றன. உங்களை 'யார்' என்று கேட்கும் இடங் களிலும் கேட்பவரிடமும் 'நான் ஒரு தமிழன்' என்று உரக்கக் கூறுங்கள். மொழியின் பெயரால் இனத்தைக் கூறுவதே அறிவு க்குப் பொருந்தும் செயல். நாடும் மொழியின் பெயரால்தான் அமைக்கப்படும். நாம் பேசும் மொழி தமிழ்; நம் நாடு தமிழ்நாடு; நாமும் தமிழரே (ப. 7) என்று இளையோர்க்கு இருக்க வேண்டிய அடிப்படை உணர்வாக மொழியுணர்வைத் தம்முடைய வழக்கான முறையில் கூறுகிறார்.

இளையோர் தமக்காகச் சேர்த்துவைக்க வேண்டிய சில நற்கூறுகளையும் இவரின் கட்டுரை முன்வைத்தது. 'வீட்டு நூலகம்' என்ற கட்டுரை, நூல்களைப் பாதுகாக்க வேண்டியதை யும், பராமரிப்பையும், நூல்களால் விளையும் நன்மைகள் ஆகிய வற்றை முன்வைக்கிறது. தனித்துவம் நிரம்பப்பெற்ற ஆளுமை யாக வளருவதற்குரிய வழிகளையும் கூறுகிறது இவரின் கட்டுரை.

கல்வியை இளமையிலிருந்து கற்பதைப் போன்று நற் பண்புகளையும் ஒருவன் இளமையிலிருந்தே கற்க வேண்டும் என்பதை வலியுறுத்துகிறது 'கல்விக்கு மட்டும் இளமை அன்று! பண்புக்கும் இளமைதான்' என்னும் கட்டுரை. கல்வியாளர்களை எப்பொழுது வேண்டுமென்றாலும் உருவாக்கி விடலாம். ஆனால் நல்ல பண்பாளர்களை உருவாக்குவது மிகக் கடினம். நல்ல பண்புகளைக் கல்வியின் துணையொடு உருவாக்க முடியும் என்ற கருத்தை முன்வைக்கிறார். 'கல்வியும் பண்பும் ஒன்றுக்கு ஒன்று துணையாக நிற்பவை, கல்வி இல்லாதவனைத் திருவள்ளுவர் 'பேதை' என்றும், கல்வியிருந்தும் பண்பு இல்லாதவனைப் 'பேதையுள் பேதை' என்று கடிந்துரைப்பதைச் சான்றாகக் காட்டுகிறார்.

இளைஞர்களிடம் காணப்படும் குறைகளைச் சுட்டிக் காட்டும் பாவலரேறு, இளைஞர்களைச் சீரழிக்கும் இன்றைய சூழ்நிலைகளின் மீதும் கோபம் கொண்டிருந்தார். அந்தக் கோபத்தை

'இளைஞர்களின் கல்வி ஒழுக்க உணர்வுகளைச் சிதைத்துக் காம உணர்வுகளும், கட்டுப்பாடின்மையும், ஒழுக்கக் கேடுகளும் பரவ வழி வகுக்கிறது, இன்றைய ஊழல் என்னும் கட்டுரையில் வெளிப்படுத்தியிருந்தார்.

"இன்றைய நாட்டு நிலையை எண்ணிப் பார்க்கையில் நெஞ்சம் அரத்தக் கண்ணீர் வடிக்கிறது. இன்னும் பத்தாண்டுகளின் பின் இளைஞர்கள் நிலை என்னாகுமோ என்று அஞ்சுகிறது உள்ளம்.

ஆண்டாண்டுக் காலமாக அரும்பாடுபட்டு நம் முன்னோர் களாலும் பேரறிஞர்களாலும் முனிவர்களாலும் கட்டிக் காக்கப் பெற்று வந்த அறவுணர்வுகளும் உயிர் மலர்ச்சிக் கூறுகளும் பல வகையாகவும் சிதைத்து அழிக்கப்படுகின்றன (ப - 201).

இச்சூழல்களால் உலகிற்கே பண்பாட்டையும் நாகரிகத்தை யும் கற்பித்த தமிழ்நாடு மிகமிகத் தாழ்ந்து போகின்றது. தமிழ் மொழி ஒன்றுமற்ற வெறுமொழி என்று தாழ்த்தியுரைக்கப் பெறு கின்றது. அதைப் பேசும் தமிழர்கள் முன்னேற்றம் விரும்பாத மூடநம்பிக்கையாளர்கள் என்று இழித்துரைக்கப் பெறுகின்றனர். (*ப.* 203) இக்கட்டுரை 1979 - 80ஆம் ஆண்டுகளில் எழுதப் பெற்ற கட்டுரையாகும். இக்கட்டுரையில் குறிப்பிடப் பெறும் குற்றச்சாட்டுகள் அனைத்தும் 35 ஆண்டுகளைத் தாண்டிய பின்னும் களையப்படவே இல்லை. மேலும் இந்தக் கட்டுரைக்கான தேவையும் இன்றளவும் இருந்து வருகின்றது.

தனித்தமிழ் இயக்கத்தின் தோற்றமும் வளர்ச்சியும்

மொழிக் கலப்பு உலகனைத்திற்கும் பொது. ஆனாலும் மொழிக் கலப்பை பிற மொழிகாரர்களை விடவும் தமிழ் மொழியைச் சார்ந்தோர் வெகுவாக எதிர்த்தனர். அதற்கான வலுவான காரணங்கள் ஏராளமாக உள்ளன. பிறமொழிகள் யாவும் மற்ற மொழிகளிடமிருந்து இரவல் பெற்றே வளமையாக இயங்க முடியுமென்ற கட்டாயமிருந்தது. ஆனால் தமிழ் மொழிக்கோ அது போன்ற கட்டாயமேதுமில்லை. பிற மொழி யின்றியே மொழியழகுடன் சீர்மையாக இயங்குவதற்கான வாய்ப்புகள் ஏராளமாக இருந்தன.

தமிழ் தனித்து இயங்கும் என்றாலும், சில தமிழினப் பகைவர்களின் திட்டமிட்ட சூழ்ச்சிகளின் விளைவால் மொழிக்

கலப்பு நேர்ந்தது. மொழிக்கலப்பை பெரிதாக்கி, தமிழிலிருந்து பிற மொழிக்குச் சென்றதா? பிறமொழியிலிருந்து தமிழுக்குச் சென்றதா? என்கிறதான மயக்கநிலையை எளிதாக உருவாக்கி விட்டனர்.

வெகு எளிதாக மொழிக் கலப்பை உருவாக்கி விட்டிருந்தாலும், அவற்றைச் சீராக்குவதற்கும் மொழித் தூய்மையின் தேவையை எளிய மக்களிடம் கொண்டு சேர்க்கவும் மிகுந்த பாடுபட வேண்டியிருந்தது. அதனடிப்படையில் உருவாக்கம் அடைந்ததே தனித்தமிழ் இயக்கமாகும். இந்த இயக்கம் கருத் தளவில் எவ்வளவு தெளிவுடனும் தீவிரமாகவும் இயங்கியதோ அதே போன்று செயல்பாடுகளிலும் தெளிவும் தீவிரமும் நிரம்பி இருந்தது. மறைமலையடிகள், பாவாணர், பரிதிமாற் கலைஞர், பாவேந்தர் பாரதிதாசன் என விரியும் அந்தப் பட்டியலில் பின்னாளில் வந்த திராவிடச் சார்பு இயக்கங்களும் ஓரளவிற்குப் போராடின. ஆனால் உறுதியாகப் பற்றி நெடுநாள் பயணத் திற்குப் பயன்பட்டிருக்க வேண்டிய அந்த நிலையை அரசியல் காரணங்களுக்காக திராவிட இயக்கங்கள் எளிதாக நழுவ விட்டு விட்டன.

அரசியல் இயக்கங்களைச் சார்ந்து தம்முடைய மொழி உணர்வு இல்லை என்கிறதான மன வெளிப்பாடே தனித் தமிழ் இயக்கமாகும். அது முழு மனத்துடனும் உணர்வுடனும் கட்டி எழுப்பப்பட்டு, உண்மையாகப் போராடிய இயக்கமாகும். அதன் தோற்றம் வளர்ச்சி அதற்காகப் பாடுபட்ட போற்றுதற்குரிய தமிழறிஞர்கள் உள்ளிட்ட பல்வேறு வரலாற்றுத் தகவல்களைத் தாங்கி பாவலரேறு அவர்களால் எழுதப்பட்டதே தனித்தமிழ் இயக்கத்தின் தோற்றமும் வளர்ச்சியும் என்னும் குறுநூல் ஆகும்.

இது பெரிய நூல் வடிவில் பல்வேறு வரலாற்றுக் கூறு களையும் நிகழ்ச்சிகளையும் உள்ளடக்கி வெளியிட பாவலரேறு திட்டமிட்டிருந்தார். எனினும் 1981ஆம் ஆண்டு நடைபெற்ற ஐந்தாவது உலகத் தமிழ் மாநாட்டுக்காக சிறு அளவில் வெளி யிடப்பட்டது. 19ஆம் நூற்றாண்டுத் தொடக்கத்திலிருந்து வெளி யிடப்பெற்ற மிக முக்கியத்துவம் வாய்ந்ததும், தனித்தமிழுக்கு வித்திட்டதுமான எண்ணற்ற நூல்களின் பட்டியலை அளிக்கிறார் பாவலரேறு (ப. 21-25).

தனித் தமிழில் இயங்க வேண்டுமென்ற மறைமலை அடிகளாரின் கொள்கைகளையும் அதனால் அவருக்கேற்பட்ட சில இடர்ப்பாடுகளையும் குறிப்பிடுவதோடு, உ.வே.சா. அவர்கள் அரும்பாடுபட்டு பல்வேறு தமிழ் இலக்கியங்களை அச்சிட்டு அளித்திருந்தாலும், அவருடைய மொழி மாறுபாட்டுக் கொள்கையை வெளிச்சமிட்டுக் காட்டுகிறது இக் குறுநூல்.

இந்தித் திணிப்பு இந்தியாவைச் சிதைக்கும்

பாவலரேறு மேற்கொண்ட எதிர்ப்புநிலைகள் யாவும் பிறமொழி, இன, மக்களின் மீது ஏற்பட்ட காழ்ப்புணர்வினால் அன்று. தம் மொழி இன நலத்தைப் போற்றிப் பேசுவதினாலும் ஏற்பட்டதன்று. மாறாக, தகுதி வாய்ந்த தம்மொழி, சற்றும் அதன் தகுதிக்கு அருகில் இட்டிச் சேர முடியாத பிற வல்லாதிக்கம் செலுத்தும் நிலைகண்டு மனங்கொதித்தார். அந்தக் கொதிப்பு நிலையின் வெளிப்பாடுகள்தாம் எந்தெந்த வகைகளில் மொழி இன அடிமைத்தனம் திணிக்கப்படுகின்றது என்பதைக் கண்டு உணர்ந்து எதிர்த்த உணர்வாகும். அவருடைய எதிர்ப்புணர்வு களைத் தாங்கிய கட்டுரைகள் இந்தித் திணிப்பு இந்தியாவைச் சிதைக்கும் என்னும் தலைப்பில் தொகுக்கப்பட்டுள்ளது.

பொதுவாகக் கவிதைகளில் மிகக் கடுமையான கனல் தெறிக்கும் வரிகளைப் படைக்கும் பாவலரேறு மாறுபட்ட மிகக் கடுமையாக கோபக் கனலைத் தெறிக்க விடும் நடையில் இந்தித் திணிப்பு எதிர்ப்புணர்வுக் கட்டுரைகளைப் படைத்துள்ளார்.

இந்தியா என்னும் அகண்ட தேயத்தைக் கட்டமைத்து, ஓர் அரசாட்சியின்கீழ் ஒன்றுபட்டதைப் போன்று ஒரு பிம்பித்தை உருவாக்க மத்திய அரசின் ஆட்சியாளர்கள் திட்டமிட்டுச் செயல்பட்டனர். அதற்கான ஒரு கருவியாக இந்தித் திணிப்பை மேற்கொண்டனர். கடந்த நூற்றாண்டு மட்டுமின்றி 21ஆம் நூற்றாண்டிலும் மத்திய அரசின் போக்குகளில் குணவியல்பு களில் எவ்வித மாற்றமும் ஏற்படவில்லை. வேறுவேறு உத்தி களில் இந்தியை இந்தியா முழுவதும் கால்கோளடையச் செய்ய வேண்டுமென்ற தீவிரத்துடன் செயல்படுகின்றனர். அந்தச் செயல்பாடுகளுக்குப் பிற மாநிலத்திலிருந்து எழும் எதிர்ப்புக் குரலைவிட தமிழகத்தில் எழும் எதிர்ப்புக் குரல் மாறுபட்டும்

மிக அழுத்தமாகவும் இருந்து வருகிறது. இதற்கான அடிப்படைக் காரணம் அன்றைய காலகட்டத்தில் எழுந்த 'இந்தித் திணிப்பு' எதிர்ப்புக் குரல்களேயாகும்.

இந்தி எதிர்ப்புக் குரல்களில் வேறுபட்டு ஒலித்த குரல்களில் ஒன்று பாவலரேறுவின் குரலாகும். ஏனெனில் எழுத்தில் மட்டும் தம்முடைய எதிர்ப்பைப் பதிவு செய்துவிட்டு, செயல்பாடுகளில் குறைத்துக் கொள்பவராக இவர் காணப்படவில்லை. எழுத்து, பேச்சு என்பனவற்றுக்கும் மேலாகப் போராட்டக் களத்தில் துடிப்புடன் செயல்பட்டார். அவருடைய அரசியல் செய்களங்களில் அவர் மேற்கொண்ட தமிழ்ப் பாதுகாப்பு முயற்சியாகவே நாம் அவரின் இந்தி எதிர்ப்பைக் காண வேண்டும் என்பதே சம கால வரலாற்று உண்மையாகும்.

6. படைப்பாளர்

கொய்யாக்கனி

பாவலரேறு தம்முடைய 14ஆம் வயதில் எழுதிய பாவியம் கொய்யாக்கனி என்பதாகும். இச் சிறுவயதில் அவர் பெற்றிருந்த மொழியாற்றல் நம்மை வியப்பிலாழ்த்துகிறது. ஏனெனில் கொய்யாக்கனியைப் படிக்கும்போது இலக்கிய அமைவிலும், மொழியாற்றலிலும் ஆழங்கால்பட்ட புலவர்க்கு இணையாக அப் பாவியம் அமைந்துள்ளது. இந்தப் பாவியத் திற்குப் பாவலரேறு முதலில் இட்ட பெயர் ‘பூக்காரி’ என்பதாகும்.

இந்தப் பாவியத்தின் முன்னுரையில் தம்முடைய இளவயது சுவைஞரைப் பற்றி பாவலரேறு பின்வருமாறு குறிப் பிடுகின்றார். ‘அக் காலத்திலேயே எனக்கு நிறைய சுவைஞர்கள் இருந்தார்கள். அவர்களுள் தீனதயாளன் என்பவன் எனக்குக் கிடைத்த தலையாய சுவைஞன். தெலுங்கைத் தாய்மொழியாகக் கொண்ட அந்த நண்பன், நான் ஒவ்வொரு நாளும் எழுதிய கதை, பாடல்களைத் தவறாமல் படிக்கச் சொல்லிக் கேட்பான். சில நேரம் அந்தப் பணிக்கென நான் திண்பண்டங்களை வாங்கிக் கொடுத்து, என் எழுத்துகளை மெய்மறந்து கேட்டுச் சில நேரங் களில் வாய்விட்டுச் சிரிப்பான்; சில கதைப் போக்குகளைக் கேட்டு கண்ணீர் வடிப்பான்! அந்த இளம் சுவைஞனை என் வாணாள் உள்ளவரை என்னால் மறக்கவே முடியாது. இன்றும் அவனை நினைந்து நன்றியுடன் போற்றுகிறேன். மனத்தால் வணங்குகிறேன். அவன் வடித்த கண்ணீராலும் நகை முழக்கத்தா லும் வளர்ந்த பாவியங்களே மல்லிகையும் இக் கொய்யாக் கனி யும் ஆகும்’ என்கிறார் (*கொய்யாக்கனியின் முன்னுரை, ப.* 4).

இந்தப் பாவியம் இருநிலைகளில் பெரும் சிறப்பு வாய்ந்தது. ஒன்று இந்நூலுக்குப் பாவேந்தர் தாமாக உவந்து அளித்த மதிப்புரை; மற்றொன்று பாவாணரின் அணிந்துரை.

கள்ளம் எப்படி, அப்படிக்
கடுகளவும் இலாதநெஞ் சினார்முக்
கனிகள் எப்படி, அப்படிப்
போன்றமுத் தமிழின்மேல் அன்பர்;

குள்ளம் எப்படி அப்படி
யிலாப் பெருங்கொள்கையுடையார்;
குறைகடல் எப்படி அப்படிக்
குண நிறை துரைமாணிக்கனார்;

வெள்ளம் எப்படி அப்படிச்
செந்தமிழ்ச் சொற் பெருக்கேற
மேன்மை எப்படி அப்படிப்
போன்றதோர் நடையில்தம் நல்ல

உள்ளம் எப்படி, அப்படித்
தந்ததோர் உயர்தமிழ் நூல்தான்
உலகம் எப்படி, அப்படிப்
பட்டதோர் நிலைகொள் கொய்யாக்கனியே!

என்று பாவலரேறுவின் மொழி ஆற்றலுக்கும் இலக்கிய ஆற்றலுக்கும் கட்டியங் கூறினார் பாவேந்தர். இந்தப் பாவியத்தின் மேன்மை, தரங் கருதித் தம்முடைய பழனியம்மா அச்சகத்திலேயே அச்சிட்டுக் கொடுத்தார் பாவேந்தர்.

வெண்பாவும் அகவலும் ஆசிரிய மண்டிலமும் இசைப் பாட்டும் ஆகிய நான்மணிகளை விரவிக் கோத்த கோவை போலும் இப் பனுவலுள் வருகின்ற செய்யுட்களெல்லாம் நவின்றோர்க்கினிமையும், கேட்டோர்க்கின்பமும் பயக்குமளவு சொற்சுவை பொருட்சுவை செறிந்து, ஆற்றொழுக்கான ஒழுகிசை நடையில் இயன்று எல்லார்க்கும் பொருள் விளங்குமாறு முந்திரிப் பதமான செம்பாகமாய் அமைந்துள்ளன. அழகும் ஒளியும் அமைந்து பட்டைதீர்த்த மணிகளூடு அவற்றை இணைத்துச் செல்லும் மாற்றுயர்ந்த பொற்கம்பிபோல், இப்பாவினங்களூடு தொடர்ந்து செல்லும் கதையும் சிறந்ததொன்றால் விளங்குகிறது'' என்று மொழி ஞாயிறு பாவாணர் அளித்துள்ள அணிந்துரை இந்தப் பாவியத்தை உள்ளவாறே வெளிப்படுத்துகிறது.

இயற்கை வருணனை

இந்தப் பாவியம் சிற்சில கூறுகளில் சங்க இலக்கியத்தை ஒத்துள்ளன. சங்கப் புலவர்கள் எதையும் இயற்கைப் பின்புலத்துடன் கூறுவது இயல்பு. அந்தப் போக்கு கொய்யாக் கனியினுள்ளும் காண முடிகிறது.

பகுதிசெய் போரால் மேற்குப்
பகுதியில் குருதி ஓட்டம்
பெருகிற்றோ; குன்றம் வீரப்
பெருமகன் நடுகல் போலத்
தெரிந்ததே! ஊரில் உள்ள
தெரிவையர் மகிழு மாறு
விரிந்தன முகைக ளெல்லாம்
விழித்தன கண்ம லர்கள்!

என்று மாலைநேர இயற்கைக் காட்சியைச் செம்மையுடன் விவரிக்கும் பாங்கு அழகு, அருமை! இந்த இயற்கைக் காட்சிகளைப் பாவிய மாந்தர்களின் உள்ளத்தைப் புலப்படுத்துவதற்குரிய முன்னோட்டமாகப் பயன்படுத்தியுள்ளார்.

காட்சிகள் - உவமைகள்

காட்சிப் படுத்துகின்ற முறைகள் கொய்யாக்கனிக்குக் கூடுதல் வலுவைச் சேர்க்கின்றன.

அடிக்கின்ற காற்று! வானின்
அழகொளி நிலவு வள்ளி
வெடிக்கின்ற நெஞ்சு! சுற்றி
விரிந்துசெல் அவலம்! கேட்டுத்
துடிக்கின்ற கிழவர் உள்ளம்!
துடிப்பினால் அவர்தம் கண்கள்
வடிக்கின்ற கண்ணீர்!

என்று தாம் கூறவந்த கருத்துகள் யாவற்றையும் திரையில் விரிவதைப் போன்று காட்சிகளை நம் கண்முன் கொணர்ந்து சேர்க்கிறார். அதோடு கூறவந்த கருத்தினுக்கும், பாவிய ஓட்டத்திற்கும் இவர் கையாண்டுள்ள உவமைகள் கூடுதல் வலுவாக அமைகின்றன.

மனிதர்களை வருணிக்கும் போதும் அவருடைய ஆற்றல் வெளிப்படுகிறது. கிழவரை 'மெல்லுடல் கிழவர்', பஞ்சுடல் கிழவர் என்கிறார். பாவியத்தின் கதையோட்டமும், கருவும் தமிழ் மரபு சார்ந்து சீராக நடையிடுகின்றன. வாய்ப்பு நேரும் போதெல்லாம் தமிழ்மொழி, இன, உணர்வுகள் விரவி வருகின்றன. வள்ளியும் சிங்கனும் பேசும் காதல் காட்சிகளிலும் தமிழ் நாட்டவர்க்குத் தமிழே விழியாம், அவரவர் மொழியில் அரசியல் வேண்டும் என்று தம் கருத்தை நிலைநிறுத்துகிறார்.

காதலையும் பெண்ணின் விடுதலையையும் பேசுகின்ற இப் பாவியத்தில், தம் கொள்கையை நிலைநாட்டுகின்ற இயல் புடன் இருந்தார் பாவலரேறு. இந்த இயல்பைப் பாவேந்த ரிடமும் காணமுடியும். ஏனெனில் பாவேந்தர் எதனைப் பாடி னாலும் அதனுள் எப்படியாகிலும் தமிழ் சார்ந்த கருத்துகளைப் பாடி விடுவார். அதுபோன்றே பாவலரேறு தமிழுணர்வுக் கருத்துகளைப் பாடுவதை வழக்கமாகக் கொண்டிருந்தார். காதலர் இருவர் உரையாடுகையில் காதலைப் பேசாமல் மொழி உரிமையைப் பேசுகின்றனர். அதனை,

தமிழ்நாட் டவர்க்குத் தமிழே விழியாம்
இன்னவாறே எந்நாட் டவர்க்கும்
என்ன வாயினும் எல்லா மொழியையும்
ஒழித்துக் கட்டுதல் ஒவ்வாச் செய்கை
பழித்துக் கூறலும் படியா தவர்செயல்
ஆகையி னாற்றான் அவரவர் நாட்டில்
அவரவர் மொழியில் அரசியல் வேண்டும்,
அவ்வகை வந்தால் மொழியால் மக்கள்
ஒன்று படுவர் என்பது திண்ணம்
ஒன்று பட்ட ஒருமொழி யாட்சியில்
உழைப்போர் வாழற் குதவிட வேண்டும்

(*கொய்யாக்கனி*, 10:185-195)

என்ற வரிகளினால் அறியலாம். மற்றொரு சூழலில் காதலர் களைக் கொண்டு நாட்டுரிமையைப் பேசுவதையும் அறிய முடிகிறது.

கோணல் அரசியல் கொடுமை யாளரை
நாணல் களைவது போல்களைந் தகற்றி

நாட்டு மக்களின் நலங்காத் தன்னவர்
மாட்டுத் தம்முயிர் மாய்த்திட வெண்ணும்
உயர்ந்த கொள்கை உடையவர் அரசினை
அயர்ந்த மக்கள் அடைந்திட ஏங்கும்
ஏக்கம் அந்த ஏந்திழை உள்ளத்
தாக்க முற்றதே (*கொய்யாக்கனி*, 17:3-10)

பல்வேறு சிறப்புகளைத் தாங்கிப் படைக்கப்பட்டுள்ள கொய்யாக்கனி படிக்கும்போதெல்லாம் மனத்தைக் கிளர்ச்சி பெறச் செய்கின்றன. அதனால்தான் 'புதுமை மெருகு கலந்த காவிய நூல் கொய்யாக்கனி' என்று கண்ணதாசன் அவர்களின் தென்றல் (13.03.1956) இதழும், பழந்தமிழ் மரத்திலே புது மலர்கள் பல பூப்பது போல் இக் காவியத்தின் கருத்துகளும் உவமைகளும் காணப்படுகின்றன. அகவல், விருத்தம், வெண்பா முதலிய பாக்களால் ஆகிய 'கொய்யாக்கனி' எனும் இக்காவியம், எளிமையும் இனிமையும் உடையது. 'நடை மணிமேகலை, பெருங்கதை ஆகியவற்றை நினைவுறுத்துகின்றது. பண்டையப் பண்பாடும், புதுமை மணமும் விரவிப் பரிமளிக்கும் நல்ல காவியம் 'கொய்யாக்கனி' என்று சுதேசமித்திரன் (03.07.1959) இதழும் போற்றி மாலை சூட்டின.

ஐயை

ஐயை, சிறப்புகள் பல அமையப் பெற்ற தனித் தமிழ் பாவியமாகும். கிடைக்கின்ற நேரம் சிறுபொழுதளவாயினும் அதனை மொழி, இன மேன்மைக்கும் தமிழர்தம் உயர்வினுக்கும் பயன்படுத்தியவர் பாவலரேறு. அதன் அடிப்படையில் முகிழ்த்ததே இத் தனித்தமிழ்ப் பாவியமாகும். இவர் ஏற்கெனவே 'கொய்யாக்கனி' எனும் பாவியத்தை தம் பள்ளிப் பருவத்திலேயே படைத்திருந்தாலும், சிற்சில வடமொழிச் சொற்கள் அதனுள் பிணைந்திருப்பதால் 'பாவியம்' என்றழைத்தார். ஆனால் ஐயை முழுவதும் தனித்தமிழ் சொற்களால் சுட்டப்பட்டமையால் 'தனித்தமிழ்ப் பாவியம்' என அடிக்கோடிட்டு குறித்துள்ளார்.

ஐயை இரு பகுதிகளைக் கொண்டது. முதல் பகுதியை 985 வரிகளில் முடித்திருந்தார்.

1965ஆம் ஆண்டு வேலூர்ச் சிறையிலிருந்த வேளையில் எழுதப்பெற்றதே ஐயையின் முதற்பகுதியாகும். இப்பகுதி முழுதும் தென்மொழி இதழில் தொடர்ந்து வெளிவந்தது. ஐயையின் முதற்பகுதி,

என்றோ ஒருநாள் ஏந்தலும் வருவான்;
அன்றிலை மணப்பான்; அணைப்பான்; என்றே
ஏங்கிட நாட்களை எண்ணினாள்; ஆனால்
ஆங்கோர் உண்மையை ஐயை அறியாள்
அதுகாண், செம்மலின் ஆருயிர்
எதிர்ந்த படைமுகத் திறந்த தென்பதே   (ஐயை 1:980-985)

என்ற நிலையில், செம்மல் இறந்ததை அறியாத ஐயை அவன் வரவுக்காக காத்திருப்பதைப் போன்று முடித்ததை சுவைஞர்கள் ஏற்றுக் கொள்ளத் தயங்கினர். ஆகவே ஐயையின் இரண்டாம் பகுதியை எழுதத் தலைப்பட்டார். ஐயை முதற் பகுதி வேலூர்ச் சிறையில் அடைக்கப்பட்டிருந்த காலத்தில் உருவாக்கம் அடைந்தது. அதன் இரண்டாம் பகுதி அவர் 1976இல் சென்னை சிறையில் அடைக்கப்பட்டிருந்த காலத்தில் உருவாக்கம் அடைந்தது. இதனைப் பாவலரேறுவின் மொழியில் சொல்வதென்றால் 'கடந்த 05.02.76 முதல் 26.1.77 வரை தில்லியரசின் அடக்கு முறை ஆளுமைக் கட்டிலில் அப்பொழுதிருந்த இருபதாம் நூற்றாண்டின் தன் மூப்பதிகார வெறியின் மொத்த உருவமான இந்திரா காந்தியின் தடுப்புநிலை(மிசா)ச் சட்டத்தின் பிடியில் சிறையில் அடைக்கப்பட்டிருந்தேன். என்னைச் சிறை வைத்திருந்தது சட்டப்படி சரியில்லையோ, சரியோ எனக்குக் கிடைத்த முழு ஓய்வென்று கருதி, அச் சிறைவைப்பை முழு நிறைவுடன் ஏற்று ஒரு நொடிப் பொழுதும் வீணாக்காமல், பாடல்கள் பல எழுதியும், பற்பல நூல்களைப் படித்தும், திருக்குறள் மெய்ப் பொருளுரைக்காகப் பல அரிய நூல்களை ஆய்ந்தும், அவ் வோராண்டுப் பொழுதைக் கழித்தேன் (*ஐயை, இரண்டாம் பகுதி, முன்னுரை*) என்று ஐயை படைப்பு அனுபவத்தைப் பதிவு செய்துள்ளார்.

முதற் பகுதியைப் போன்றே இரண்டாம் பகுதியும் சுவையிலும் கதையோட்டத்திலும் மொழிச் செழுமையிலும்

உயர்ந்து நிற்பது உண்மையே. முதற்பகுதியோடு ஐயை நிறை வெய்தியிருந்தாலும் அதன் சிறப்பில் எள்முனை அளவேனும் குறையப் போவதில்லை. எனினும் தம் பாவிய நாயகியை மேலும் மெருகூட்டி, ஐயையைத் தெய்வ நிலைக்கு உயர்த்தித் தம் பாவியத்தை நிறைவு செய்துள்ளார்.

இதனுள் காணலாகும் வியத்தகு உண்மை, அவரின் ஆற்றல் யாதெனில், எந்த இடத்தில் பாவியம் முற்றுப் பெற்று நின்றதோ, அதே இடத்திலிருந்து அதற்கிணையான மற்றொரு புனைவை மேற்கொள்கிறார். அதற்கு அவரின் புலமை மிகுந்த ஏதுவாக அமைந்திருப்பது வியப்பளிக்கிறது. அவர் ஐயையை எவ்வாறு உணர்ந்தாரோ அவ்வுணர்வை நம்முள் எளிதாக மடை மாற்றம் செய்து விடுகிறார்.

ஐயை வெறும் புனைவாகக் கருதாமல் உயிர்த்துடிப்புள்ள ஒரு பெண்ணாகவே கருதினார். தமக்கும் தம் படைப்பிற்கும் இடைவெளி இருப்பதாக ஒரு போதும் கருதியதேயில்லை. அதனை ஐயையின் இரண்டாம் பகுதிக்கு எழுதிய முன்னுரை யில் பின்வருமாறு குறிப்பிடுகின்றார். ''ஐயையின் முடியாக் கதையை முடித்து வைக்க விழைந்தது என் கற்பனை உள்ளம். என்னுடன் சிறையிருந்த அன்பர்கள் துயின்ற அமைதியான இராப் பொழுதுகளிலும் ஐயை வாழ்ந்த புதினிக் குன்ற மேடு பள்ளங்களில் தனித்து உலா வந்தேன். அவளையறியாமல் அவள் இன்ப துன்பங்களில் பங்கேற்றேன்; அவளொடு அழுதேன்; விம்மினேன்; விசித்தேன்; அவள் சேரனொடு உயிர்ப் பாடுகையில் நானும் அங்கிருந்து அவள் வாழ்வின் பேரவலங் கண்டு நெட்டுயிர்த்தேன். பாவியம் உருவாகிய அந்த இருபத் தைந்து நாட்களின் இடைப்பொழுதுகளில், பலமுறை அவளுக் காக அழுதிருக்கின்றேன். (இரண்டாம் பகுதியின் முன்னுரையில் இருந்து).

புற நிகழ்ச்சிகளில் முகிழ்த்தெழும் பாட்டு, கதை இவற்றின் வல்லமையை விட, அவர்தம் அக நிகழ்ச்சிகளில் அமிழ்ந் தெழும் மெய்யிலக்கியங்களுக்குத் தாம் எத்துணை ஆற்றல் என்னும் பாவலரேறுவின் நம்பிக்கை வரிகள் ஐயையைப் படித்து முடிக் கையில், அவரின் நம்பிக்கை பொய்த்துப் போகவில்லை என்பதை உணர்த்துகின்றன. ஐயை முதற்பகுதியில் அவள் எதிர்ப்பார்ப்

புடன் காத்திருக்கும் நிலையில் முடித்துவிட்ட பாவலரேறு, இரண்டாம் பகுதியின் இறுதியில், துய்ய வெள்ளைப் பளிங்காலோர் சிலையும் வைத்தான்' என்று தெய்வநிலைக்கு உயர்த்தி விடுகிறார். இது பெண்மையைப் போற்றும் அவர் மனத்தை வெளிக்காட்டுகின்றது. ஐயை என்னும் தலைமை மாந்தரை அறிமுகம் செய்கையில் ஒரு மகிழ்வு நம்முள்ளத்தே தோன்றுகிறது. நெஞ்சம் மகிழ்கிறது. இனிக்கிறது. அதே போன்று ஐயை ஆவி பிரிகையில் மொழி அழகு மேலிட்ட, எளிய சொற்களால் நெஞ்சத்தைக் கலங்க செய்துவிடுகிறார்.

பாவேந்தர் பாரதிதாசன் யாதொன்றைப் பாடினாலும் அதனுள் மொழியின் மேன்மையைக் கலந்தளிப்பார். அவர் நோக்கம் தமிழின் பெருமையைப் பறைசாற்றுவதேயாகும். அவரின் பிரதிபலிப்பாகப் பாவலரேறு காணப்பட்டார். காதல், மகிழ்ச்சி, வீரம், வருத்தம் எதுவாயினும் மொழியை முன்னிலை ஆக்குவதை இயல்பாகக் கொண்டிருந்தார். ஆகவே இவர் படைத்துள்ள கதைமாந்தர் ஒருவகையில் பாவலரேறுவின் மறு உருவமாகவே தென்படுகின்றனர்.

நூறாசிரியம்

ஆசிரியப்பாவினால் ஆன நூறு பாக்களின் தொகுப்பே நூறாசிரியம் ஆகும். தென்மொழியில் 61-62 ஆண்டுகளுக்கு இடைப்பட்ட கால பகுதியிலும், பின்னாளில் எழுதிய சில பாடல்களும் தொகுக்கப்பட்டு நூறாசிரியம் என்ற தலைப்பில் நூலாக்கமடைந்தது. 'அவ்வக்கால் எழுந்த உணர்வுகளையெல்லாம் ஒருங்கு திரட்டி எழுதப் பெற்றது இந் நூல். உண்மையும் திண்மையும் வாய்ந்த, கருத்துகளை யாவரும் அறிதற்பொருட்டு இந்த யாப்பைத் தேர்ந்தெடுத்தேன். பாத்தளைகளால் பெரிதும் கட்டப்பெறாமல் சிறுசிறு சீர்களால் தொகுக்கப்பெற்ற பாடலடிகள் நிரம்பியவை (ப-3-4) என்று இப் பாக்கள் தோற்றம் அடைந்ததைக் கூறுகிறார் பாவலரேறு.

தமிழின் செழுமையும் செம்மையும் நிரம்பிய இலக்கியமான சங்க இலக்கியங்கள் பெரும்பான்மையும் ஆசிரியப்பாவினால் ஆனவை. அந்தப் பா வடிவைத் தேர்ந்தெடுத்துக் கொண்டு,

இவர் படைத்துள்ள பாடல்கள் சுவையும் பொருளாழமும் நிரம்பினவையாக உள்ளன. இவர் பயன்படுத்தியுள்ள சொல்லாட்சிகள் நேர்த்தியாக உள்ளன. சங்க இலக்கியத்தை ஆழ உணர்ந்த - உள்வாங்கியதன் தாக்கம் சில பாடல்களில் தென்படுகின்றன. சங்க இலக்கியத்தைப் போன்று வடிவத்திலும் சொல்லாட்சிகளிலும் ஒத்துள்ள நூறாசிரியத்தைச் சில தடவைகள் படித்தாலே எளிதில் மனத்தில் ஒட்டிக் கொள்ளும் இயல்பைக் கொண்டு உள்ளன. எல்லா நிலைகளிலும் 'தமிழை' ஓங்கி முழக்கிய பாவலரேறுவின் குரல் நூறாசிரியத்தில் சற்று மாறுபட்டிருக்கிறது. அகம், புறம், இறையியல் சார்ந்த கருத்துகள் அடங்கிய பாடல்கள் இடம்பெற்றுள்ளன.

இப் பாடல்கள் யாவும் உணர்வுகளை மட்டுமே தட்டி எழுப்பி மொழி இன உணர்வூட்டும் பாடல்களாக இராமல், அறிவூட்டலையும் இயற்கையை அனுபவிக்கக் கற்றுக் கொடுக்கவும் தலைப்படுவனவாக உள்ளன. வாழ்வியல் நிலைகளை இயல்பு மாறாமல் பேசும் பாடல்களாகவும், இறை நம்பிக்கைகளை போலியானதாக இல்லாமல் உண்மையான இறைமையைப் பேசுவதும், மெய்மவியல் சிந்தனைப் பல்வேறு ஆக்கபூர்வமான படிநிலைகளிலும், மனிதர்களின் இயல்பு, அவர்களை அளவிடுவதற்கேற்ற சரியான அளவுகோல், போலியானவர்களின் முகத்திரையைக் கிழிக்கத்தக்க வகையில் இந்தப் பாடல்களின் கருத்துகள் உட்பொதிந்துள்ளன.

தாம் பெரிதும் போற்றி மதிக்கும் பாவேந்தர், பாவாணர், பெரியார், காமராசர், அண்ணா போன்ற தலைவர்களையும் மொழிப் போரில் உயிர் ஈகம் செய்த பேராளர்களையும் நூறாசிரியப் பாக்களால் போற்றி மகிழ்கிறார் பாவலரேறு. தனிமனித போற்றல்களை விரும்பாத இவர் இந் நூலில் பெரும்பாலானவர்களை அவர்தம் பணிகளின் மேன்மைக் கருதி பாடலியற்றி உயர்வுபடுத்தி மகிழ்கிறார். அடுத்தத் தலைமுறையினருக்கான முன்னோடிகளென அடையாளங்காட்டவும் இப் பாடல்களைப் புனைந்திருப்பதாகவும் கருதுவதற்கு இடமுண்டு.

நூறாசிரியத்தைக் குறித்துச் சொல்லாய்வறிஞர் ப. அருளியார் பின்வருமாறு கூறுகிறார் ''பாடல்களில் ஆயிரத்துக்கும் மேற்பட்ட அருஞ்சொற்கள் ஊடாடுகின்றன. அவை மீட்சிப்

பேறு எய்துதலோடு வழிவழி வழங்க இந் நூல் வழி வழி காலும் வாய்ந்துள்ளது. இவற்றொடு புத்தம் புதிய அழகிய சொல்லாக்கங்களையும் ஐயா அவர்கள் துணிந்தியைத்துள்ளார். பழையன பேணும் உரிமைக் காப்பு வயாவும், புதிய தேறிக்கூறி வீறும் புதுமைக் கோப்பு அவாவும் இவர்க்குள்ள சிறப்புப் பண்புகள், அவற்றின் அழகசைவுகளை நூலுள் பரக்கக் காணலாம். (*நூறாசிரிய அணிந்துரை, ப. அருளி, ப. கங*).

நூறாசிரியம் தலைப்பென்றாலும் இதனுள் 124 பாடல்கள் அமைந்துள்ளன. இறுதி 24 பாடல்கள் 'தமிழ் நானூறு' என்னும் நூலியற்ற எண்ணி பாவலரேறு புனைந்தவை. அந்நூல் முற்றுப் பெறாமல் நின்றமையால் அப் பாடல் இதனுள் இட்டு நிரப்பப் பெற்றன. நூறாசிரியத்தின் 66 பாடல்களுக்குப் பாவலரேறுவின் உரை இயன்றுள்ளது. எஞ்சிய 24 பாடல்களுக்கு அவரின் அடி யொற்றி புலவர் இறைக்குருவனார் அவர்களால் உரை செய்யப் பட்டுள்ளது. இதுகுறித்த விளக்கம் உரையாசிரியர் என்னும் பகுதியில் விரிவாகக் கண்டுக்கொள்ளலாம். தம் படைப்புகளில் புதுச் சொற்களைப் பயன்படுத்துவதும், வழக்கிழந்து போன பழஞ்சொற்களைப் புதுக்கியாள்வதும் இவரின் இயல்பு. அந்த வகையில் விழியிலி (*குருடன்*), பொண்மை (*பொய்மை*) போன்மை (*போலிமை*), பின்னகம் (*தலைமயிர்ப் பின்னல்*) பிஞ்சுமை (*பிஞ்சாந்தன்மை*) கவற்சி (*கவலை*), தண்ணுதல் (*குளிர்ச்சி யுறுதல்*), திண்ணுதல் (*திணிதல்*), விழைபாடு (*விருப்பப் பேறு*), சுள்ளிக்காய் (*மிளகாய்*) என்று பல்வேறு சொற்களை தகுந்தவாறு பயன்படுத்தி இலக்கிய அழகை மேன்மேலும் கூட்டியுள்ளார்.

திணை, துறை குறிப்புகளும் சொற்களின் வழியே பல்வேறு விளக்கங்களும் நூறாசிரியத்தின் சிறப்பான மகுடத்திற்குக் கூடுதல் அணியாரமாக விளங்குகின்றன.

அகத்திணை

மழையினும் இருளினும் மருளா யாமே
ஊரவர் உரைத்தும் ஒழிகென் றொழித்துப்
புணர்ச்சி வேண்டிக் குறியிடஞ் சென்றாங்(கு)
அச்சந் தவிர்த்த பிழையு மொன்றே!

இளமை மடவோர்க் கேமம் வேண்டி
அறவோர் கொளுத்திய அறவுரை கொளாது
கொண்ட கொள்கையுங் களவின் மாறி
நயப்பு வேண்டி அவனுழைச் சென்றாங்கு
மடமை வீழ்த்திய பிழையும் இரண்டே!
காட்சி கவ்வியும் கைதொடத் தந்தும்
மீட்சி யின்றி யணைய வடங்கியும்
வரையா வொருவற்கு வயவுமே லிட்டு
நாண முகுத்த பிழையும் மூன்றே
இளமுகை வெண்பல் துவர்வாய் கனியிதழ்
கிளர்முலை நுணங்கிடை தடங்குறங் கென்றவன்
காமுற்று மொழிந்த காலையும் ஏமுற்றுப்
பயிர்ப்பற வொடுங்கிய பிழையும் நான்கே

(*நூறாசிரியம்* 19:1-17)

அகத் திணையைச் சார்ந்த இப் பாடல் தொல்காப்பியர் கூறுகின்ற களவியல் இலக்கணத்தை ஏற்றும், சங்கப் பாடல் களைப் போன்ற அமைப்பும் பெற்றியங்குகிறது. காட்சி விவரிப்பும், சொல்லாட்சிகளும் சங்க இலக்கியத்தைப் பெரிதும் ஒத்துள்ளன. கோபக் கனல் தெறிக்கும் வரிகளையும், தமிழர்தம் இழிநிலை களைக் கண்டு மனங் கொதித்துப் பாடும் கருத்தும் வடிவும் இப் பாடலில் இல்லை. மாறாக, முந்தைய பழந்தமிழர் அக வாழ்வின் ஒரு மூலையில் தாம் நின்றனுபவித்தவரைப் போன்ற தெளிந்த போக்கு இப் பாடலில் இயன்றுள்ளன.

இப்பாடலுக்குப் பாவலரேறு நேர்த்தியான விளக்கமளித்து உள்ளார். அவை வருமாறு : தலைவனொடு மணவாது ஒழுகிய தலைவி ஊரார் உரைத்த கௌவை மொழிக் காற்றாது வருந்த, தோழி தலைவியின் வருத்தத்திற்கு அவள் அறியாமையே கரணியமென்று, உலகியல் அறங்கூறிப் புறத்தே நிற்கும் தலைவன் செவிப்பட இடித்துக் கூறியதாகும் இப் பாட்டு. அவள் பேதைமையால் ஆற்றிய வரையா வொழுக்கம், 'வெம் முது பெருநகை விளைக்குமாறு' ஈண்டு படர்ந்தது என்பது தோழியின் கருத்து. பெருநகை எள்ளல் பொருட்டு விளைந்த தென்க. (*நூறாசிரியம், ப.* 93) என்று தோன்றியதைக் கூறி பின்னர் அதற்குரிய உரையைத் தொடர்கிறார். எளிதில்' பொருள்

விளங்கும் இவருடைய பாடலுக்கு அமைந்த இவரின் உரை மேலும் புரிதலை அகண்டமாக்குகிறது.

புறத்திணை

நூறாசிரியத்தில் புறத்திணைச் சார்ந்த பாடல்களே மிக்கிருக்கின்றன. அகப்பாடல்களில் காதல், இல்லற இயல்பு உறவுகள் குறித்து வேறொரு நிலையில் பயணிக்கின்றன. இவரின் பாடல்கள், இவருடைய புறத்திணைப் பாடல்களை நோக்கும் சமூக அக்கறை மேலிடுகின்றன. சமூகத்தின் மீது தணியாத பற்றுக் கொண்ட இவர், அதனை வெளிப்படுத்த முந்தைய கடுமையான சொற்களினால் நேர்நின்று தாக்கும் மாறுபட்ட தன்மையைப் பின்பற்றுகிறார்.

> சாய்தலு மில்லேம்; சாயினும் நனைவிழி
> ஓய்தலு மில்லேம்; ஓயினும் புழுங்குளம்
> மாய்தலோ யாண்டையு மிலமே! தோய்துயர்
> எவனுமைத் தொடருவ தென்குவீ ராயின்;
> குடிபுரந் துவக்கும் கொற்றமு மில்லை;
> நிறையின் வாங்கிக் குறையின் மாறும்
> கறைநெஞ் சத்துக் கள்வரே வணிகர்;
> அஞ்சுடர் தவறினும் அறந்தவ றாத
> செஞ்சொல் மன்றுந் தந்திறங் குன்றிய

இப்பாடலுக்கு இவர் யாத்த உரையில், ''யாம் உடலைச் சாய்த்துப்படுத்தலும் இல்லேம்; ஒரோவழிப் படுப்பினும் ஈரந் தோய்ந்த விழிகளை மூடித் துயிலுதலும் இல்லேம்; ஒரோவழித் துயிலினும் வெதும்புகின்ற எம்மனம் மறதி கொள்ளுதல் ஒரு போது இலேம்; இங்ஙனம் செறிந்த துயரம் நம்மைத் தொடருவது ஏன்?' என்று வினவு வீராயின், குடிமக்களைக் காத்து வாழ்வித்து உளம் மகிழும் நல்லரசும் நாட்டில் இல்லை. அரசுக்கு அடங்கி நடந்து குற்றங் குறைகளின் நீங்கி வாழும் குடிமக்களும் இல்லை. பிறரிடத்தினின்றும் தாம் மிகுதியாக வாங்கிக் கொண்டு பிறர்க்குக் குறைவாகக் கொடுக்கும் மாசு பட்ட மனத்தையுடைய கள்வர்களே வணிகர்களாக உள்ளனர் (*நூறாசிரியம்,* ப. 313) இந்தப் பாடலும், பாடலுக்குரிய உரையும் ''யாண்டு பலவாகியும் நரையிலவாகுதல் யாங்காகியரென

வினவுதிராயின்' எனத் தொடங்கும் சங்கப் பாடலை நினைப் பூட்டுகின்றது. அந்தப் பாடலில் வரும் அரசன், மனைவி, மக்கள், குடிமக்கள் என அனைவரும் பிறர் கேடு நினையா வண்ணம் எல்லாரும் இன்புற்றிருக்க வேண்டுமென்ற நினைப் புடன் வாழ்ந்ததாக அமைந்திருக்கிறது. அந்தப் பாடலின் சாயலை இந்தப் பாடல் ஒத்திருந்தாலும் கருத்தமைவில் அதனுக்கு நேர் எதிர் இயல்பைக் கொண்டிருக்கிறது.

சங்கப் பாடலின் தாக்கம் ஆழப் பதிந்திருந்தாலும், தற்கால இயல்பு நிலையை அதனொடு பொருத்திப் பார்க்கும் இயல்பான பாடல்கள் நூறாசிரியம் முழுவதும் நிரம்பியிருக்கக் காண முடி கிறது. பா புனைகின்ற ஆற்றலுக்குப் பாவலரேறு எண்ணற்ற படைப்புகள் வெள்ளிடை மலையென விளங்கி நிற்கின்றன. அவற்றிலெல்லாவற்றிலும் தனித்துவம் நிரம்பிய ஓர் ஆக்கமாக நூறாசிரியத்தைத் துணிந்து கூற முடியும். இந்த ஒரு படைப் பிற்காகவே எவ்வளவு போற்றினாலும் தகும்.

அறுபருவத் திருக்கூத்து

பாவலரேறுவின் இலக்கிய ஆக்கங்கள் பெரும்பாலும் புது வகை இலக்கிய முயற்சியின் தொடக்கமாக அமையும். அந்த வகையில் அமைந்த நூல்களுள் ஒன்று அறுபருவத் திருக்கூத்து என்பதாகும். தமிழில் கூறப்படும் கார், கூதிர், முன்பனி, பின்பனி, இளவேனில், முதுவேனில் என்னும் ஆறு பருவங் களில் நிகழும் மாற்றங்களைக் கவிச்சுவையுடன் எடுத்தியம்பும் நூல் இது. மேனாட்டார் பருவங்களை Winter, Spring, Automn, Summer என்னும் நான்கு பகுப்பினுள் அடக்குவர். ஆனால் தமிழ்ச் சூழலில் இந்தப் பருவப் பகுப்பு மிக நுட்பமாகக் காணப்படுகிறது. நம் முன்னோர் அப் பகுப்பினைத் தம்முடைய இலக்கியப் படைப்பினுள் நேர்த்தியாகக் கையாண்டுள்ளனர். மனித உணர்வுகளைக் குறிக்கவேண்டிய இடங்களிலெல்லாம் இயற்கையைப் பின்புலத் துணையாக இணைத்துக் கொண்டனர்.

தமிழ் இலக்கியங்களை உற்றுநோக்குகையில் புலவர்கள் - முதல், கரு, உரி என்கிற மூன்று இலக்கிய மையங்களை விட்டு விலகாமல் தம் படைப்பை மேற்கொண்டனர். புலவர்கள் மிக

நுட்பமாக இயற்கையை அணுகித் தம் கற்பனையை அதன்மீது சார்த்தி பாடியிருப்பது யாவரும் அறிந்ததே. நிலத்தையும் காலத்தையும் கழித்து விட்டால் சங்கப் பாடல்களில் சொல்லப் படும் காதலும் உணர்வற்றே தோன்றும். தமிழ் இலக்கியத்தில் இயற்கைப் பயன்பாட்டை அறிஞர் பலரும் தங்களின் புலமையால் நன்கு வெளிப்படுத்தியுள்ளனர். இயற்கையைத் தூது விடுதல் என்பது பழங்கால இயற்கைப் பயன்பாட்டின் தொடர்ச்சியாகக் கருதிப்பார்க்க வேண்டியுள்ளது.

பக்தி இலக்கியத்திலும், பிற்கால இலக்கியத்திலும் இயற்கையின் தாக்கம் உள்ளது. இவை ஒருபுறமிருக்க, அறு பருவத் திருக்கூத்து என்னும் இவரின் நூல் இயற்கையின் மீது இவருக்கு இருக்கின்ற காதலை வெளிப்படுத்தும் வகையில் பாடப்பட்ட மிக முக்கிய நூலாகக் கருதத் தோன்றுகிறது. ஆறு பருவங்களில் நிகழும் மாந்தர் சிறப்பு நிகழ்ச்சிகளையும், விலங்கு, பறவை முதலிய உயிரினங்களின் நடத்தை மாற்றங்களையும் நிலத்திலும் வானிலும் ஏற்படுகின்ற அனைத்து மாற்றங்களையும் ஒருங்கிணைத்து கூறியிருக்கின்ற நூல் தமிழில் இல்லை. ஆகவே, அந்தக் குறைபாட்டை போக்கவே இந்நூல் படைக்கப் பட்டது என்கிறார் பாவலரேறு.

இந்நூலைப் படைக்க தாம் தலைப்படுகையில் எதிர் கொண்ட அறைகூவலாகப் பின்வருவனவற்றை நேர்மையுடன் பதிவு செய்துள்ளார் பாவலரேறு. "இது பற்றி எளிதாக எண்ணி எழுதத் தொடங்கிய பின்னரே இதை எழுதுவதில் உள்ள தொல்லைகளை உணரலானேன். தளம்போட்ட வீட்டில் இயங்களின் பேரொலியிலும் மக்கள் ஆரவாரங்கட்கிடையிலும் அமர்ந்துகொண்டு அமைதியும் இயற்கை அழகும் சூழ்ந்த மலை பற்றியும், காடு பற்றியும் அவற்றின் கோலங்கள் பற்றியும் எழுதப் புகுந்தது என் தொல்லைக்கு முதற்காரணம்.

பண்டைப் புலவர் காடுகளிலும் மேடுகளிலும், வயல் வரப்புகளிலும் சுற்றியலைந்து கண்டவாறு போலல்லாது அவை பற்றி நேரில் கண்டு அறியாமல், இயற்கை விழைவும் வேட்கை யும் மட்டுமே காரணமாகி அதனைப் பற்றிக் கொண்டு கற்பனைக் குன்றேறி நிற்கவும், எண்ணப் பொய்கையில் மூழ்கவும் கருத்துச் சோலைகளில் உலாவவும் முற்பட்டது என் அடுத்த தொல்லை.

இவற்றின் சூழ்வில் இருந்தது ஒருவகையில் நன்மையாகவும் பட்டது. வெளியில் அலைந்து வாடிய ஒருவன் நிழலருமை கண்டு மகிழ்வதுபோல், இப் புன்மை ஆரவாரப் புரையொலிகட் கிடையில், உண்மையான இயற்கை வேட்கை எனக்கு மிக்கிருந்து, கற்பனை பெருக்கெடுத்தோடியது. அக்கற்பனை அழகில் மூழ்கி நான் கண்ட நிழலின்பம் கூறுதற்கெளியதன்று'' (*அறுபருவத் திருக்கூத்து*, *ப.* 5)

இயற்கையான ஆறுபருவங்களைப் பாடியதனால்தானோ இந்நூலின் நடையழகும் செயற்கையாக ஒரு சொல்லும் தேவை யின்றிப் பயன்படுத்தப்படாமல் நடையழகு மிளிர்கிறது. இந் நூலின் பாக்கள் அகவற்பாவால் நடக்கின்றன. பருவத்திற்கு 100 அடிகள் வீதம் மொத்தம் அறுநூறு அடிகளில் இயற்கை இன்பம் வழங்கும் ஒரு குறுந்தொகுப்பு இந் நூல். நூலாசிரியர் இருந்த சூழலும், தாம் காட்சிப்படுத்தும் பாடல் நிகழ் தளச் சூழலும் வேறு என்றாலும், நூலில் காட்சிப்படுத்தும் வகையும் கூறியுள்ள செய்திகளும் அந்த அறுபருவங்களினுள் ஏதோ ஒரு மலையில் நம்மையும் அறியாமல் குளிரில் ஒடுங்கியும் பனியில் நனைந்தும் கதிரோனின் சுட்டெரிக்கும் அனலில் காய்ந்தும் வாடுகின்ற அனுபவத்திற்குள் ஆழ்ந்துவிட நேருகிறது.

வான மஞ்சின் வழிநீர்க் குவந்து
கான மஞ்ஞை பீலி விரிப்ப,
புன்னுனி தோறும் புதல்தொறும் மேய்ந்த
மின்மினிக் குழாஅம் மணவிளக் கெடுப்ப.
சிறுகுடை விரித்த ஒருகா லாம்பி
குறுங்கால் அன்ன குஞ்சென நிற்ப,
உறுமும் பேரிடி ஓசைக் கஞ்சிக்
குறுமுயற் கூட்டம் குறுந்தலை யிமுப்ப (19 - 24)

ஓரறிவு கொண்ட உயிர்கள் முதல் ஆறறிவு கொண்ட மனித இனம் வரை கார்கால வாட்டத்தில் காணப்படும் நிலைமையைக் காட்சிப்படுத்துவதில், பாவலரேறுவின் இலக்கிய வலிமை வியக்கச் செய்கிறது. அதனோடு எந்தச் சூழலையும் சமூக மேன்மைக்காச் சிந்திக்கும் பாவலராகவே தம்மை முன்னிறுத்திக் கொள்கிறார்.

வானவில் மேலா வளிவான் முழுவதும்
கோன்மை குன்றிய கோநிலம் போலக்
களையிழந் திருப்ப

என்ற வரிகள் கொடுங்கோன்மை அரசனின் ஆட்சி நிலம் எப்படிக் களையிழந்திருக்குமோ அப்படிக் கூதிர்கால குளிர், மக்களை வாட்டி வதைத்ததைக் காட்சிப்படுத்துகிறது.

இவர் காட்சிப்படுத்தும் பாங்கு அவ்வப்போது சங்க இலக்கியப் புலவர்களை நினைவூட்டுகிறார்.

வாளை புரளும் வயல்தொறும், முதிர்ந்த
சூலிக் கதிரொடு பயிர்தலை சாய,

வான்பயந்த நீர்பயந்த, வளிபயந்த பயனால்,
கூன்பயந்த ஏர்புணர நிலம்பயந்த நெல்லை
(*முன்பனி* 81-82)

காய்கதி ரொடுநிலங் கலந்துகு லுற்ற
சாய்கதிர் அறுவை சாலுங் காலமாய்(*முன்பனி* 97-98)

என்று சிறுசிறு இயற்கை அசைவுகளையும் மாற்றங்களையும் தம் கற்பனை வளத்தால் பதிவு செய்கிறார். அக் கற்பனை வளத்தால் இயற்கையின்மேல் ஆதிக்கம் செலுத்தாமல் கற்பனையும் இயற்கை அமையும் இணை கோடுகளாய்ச் செல்கின்றன. அதனுடன் எவ்வகையிலும் மரபினை மீறாமல் ஒத்துப்போகின்ற தன்மை யையும் காணமுடிகின்றது. பொதுவாகத் தமிழ் - தமிழர் பண்பாடு களையும் மரபுகளையும் வியந்து போற்றும் எல்லாவகையிலும் அவற்றின் மேன்மைகளை எடுத்துமுன்வைக்க மறப்பதில்லை.

தமிழர்களின் வாழ்வில் பனைமரம் தவிர்க்கவியலாத ஒன்று. அது தமிழர்களின் வாழ்வாதார கூறுகளில் மிக முக்கிய இடத்தினைப் பெற்றிருந்தது. எனினும் பனை பற்றிய குறிப்புகள் பதிவுகளாக ஒருசில புலவர்களே எடுத்தாண்டுள்ளனர். பனையை எளிய மக்களின் வாழ்வினோடு கலந்திருப்பதை வேறொரு கோணத்தில் அணுகியவர் பாவலரேறு. முன்பனிக் காலத்தில் கிராமங்களில் குப்பைகளைத் தீயிட்டுக் கொளுத்துவதையும் அதில் பனம்பழத்தைச் சுட்டு உண்பதையும் காட்சிப்படுத்துகிறார்.

வான்படு பனையின் வரிபடு கருங்கனி
வெவ்வரி மருங்கின் விளிரக் காட்டிச்
செவ்வூன் வெளிறக் குதப்பியெறி வன்காழ்
புதைவிடத் தூன்றிப் படைகிழங் கூழ்ப்பச்
சிதைத்துக் கருக்கிச் சிறுவர் அதக்குறு (*முன்பனி* 36-40)

இவருடைய படைப்புகளில் வெளிப்படும் சில நுட்பமான பண்பாட்டுக் கூறுகளால், பழக்க வழக்கங்களால் கூறப்படுகின்ற கருத்துகள் மிகுந்த கவனத்திற்குள்ளாகின்றன. அறுபருவத் திருக் கூத்து முழுவதும் பருவமாற்றம் தொடங்கி, நிலத்தில் நிகழும் பெரும் மாற்றங்கள் உட்பட அனைத்தும் அழகான முறையில் புனைந்து, இயற்கையின்மேல் காதல் கொள்ளத் தூண்டும் தன்மையில் அமைந்துள்ளது. இங்குச் சுட்டப்படும் ஆறு பருவங் களும் தம்முள் உட்பிணைப்பு நிலையில் இருப்பதை உணர முடிகின்றது. இயற்கையைக் கூர்ந்து நோக்கி படைக்கப்பட் டுள்ள இந்த அறுபருவத் திருக்கூத்தில் பாவலரேறுவின் புரட்சி வரிகள் விரவியுள்ளன. எந்தப் படைப்பாயினும் அதில் சமூக அவல நிலையை எதிர்ப்பது பாவலரேறுவின் அடிப்படைப் பண்பு அதனடிப்படையில், வெயிலின் கொடுமையைக் கூறும் போது,

ஏந்து தீயவ னேற்ற அரசெனக்
காந்து குடவளி கானல் மேவிட (*முதிர்வேனில்* 5-6)

என்கிறார். இந்த நூல் சங்க இலக்கியத்தைப் போன்று பாடல் பொருளிலும், நடை, மொழி அமைவிலும் ஒத்திருந்தாலும், சங்கப் பாடல்களில் அமைந்திருப்பதைப் போன்று கூற்றுகள் காணப்படவில்லை. முழுவதும் காட்சிப்படுத்துதல் என்கிற அமைவிலேயே அமைந்துள்ளமை குறிக்கத் தக்கது.

எண்சுவை எண்பது (தனித்தமிழ்ப் பாவியம்)

நகையே அழுகை இளிவரல் மருட்கை
அச்சம் பெருமிதம் வெகுளி உவகையென்
றப்பால் லெட்டே மெய்ப்பா டென்ப

(*தொல். பொருள். மெய்.* - 251)

என்று மெய்ப்பாட்டினை எட்டாகக் கூறுவது தமிழ் மரபு, வட மொழியில் இது மாறுபடும். இவ்வாறான எண்சுவைக்கும் சுவைக்குப் பத்துப் பாடல்கள் என்கிற எண்ணிக்கையில் பாடப் பெற்ற 80 பாடல்களின் தொகுப்பே எண்சுவை எண்பது ஆகும். நாவின் சுவையின்றி அறிவால் உணர்ந்து நினைக்குந்தொறும் இன்பமளிக்கின்ற உள்ளத்துச் சுவையே இனிமையிலும் இனிமை என்கிற வகையில், அதனை முன்னிறுத்தி இந்நூல் எழுந்ததாகக்

கூறுகிறார் பாவலரேறு. இந்நூல் இலக்கியப் புதுமை மிளிர எழுதப் பெற்றதாகும். வீழ்ந்துபோன தமிழிலக்கியப் பெருமையைத் தூக்கி நிறுத்தும் முயற்சியில் இஃது ஒரு துளி (ப. 4) என்கிறார்.

இந்நூலின் பாடல்கள் யாவும் தாய் கூற்றாக அமைந்து உள்ளது. ஒரு தாய் கூற்றாக அமைந்துள்ளது. ஒரு தாய் தன் மகனைப் பற்றி எண்ணுகிற எண்ணங்களை எண்வகையாக்கி 8 சுவைகளுக்கு சுவைக்கு 10 பாடல்களாக அமைந்துள்ளது. வெண்பா யாப்பில் அமைந்துள்ள இப்பாடல்களின் மொழிக் கோர்வை மனத்தை மயக்குகின்றன. பாவலரேறு எண் சுவை களையும் பாடல்களின் தன்மைக்கேற்ப மறம் அல்லது பெரு மிதம், மருட்கை அல்லது வியல்பு அச்சம், அழுகை அல்லது அவலம், இளிவரல் அல்லது இழிவு வெகுளி அல்லது சினம், உவகை, நகை என முறைமை மாற்றியமைத்துப் பாடியுள்ளார்.

தன் மகனை மணக்கப் போகும் ஆடவனுக்குரிய தகுதிகள் இவை என்று ஒரு தாய் மிகுந்த வீரத்துடன் மன தைரியத்துடன் முன்வைக்கின்ற நிலையை முதல் சுவையாக (*மறம் அல்லது பெருமிதம்*) என்பதில் முன்னிலைபடுத்துகிறார். பொதுவாக ஆடவனே தனக்கு மனைவியாக வரவிருகின்ற பெண்ணின் தன்மைகளை நிருணயிப்பான். அவன் குரலே பெண்பால் பார்க்கும் படலத்திலும் திருமண நிகழ்வுகளிலும் மதிப்பளித்து நிறை வேற்றப்படும். ஆனால் இங்கு நேர்மாறாக ஆடவனுக்குரிய தகுதிகளை பெண்சார்பில் நிருணயிக்கும் பெருமித நிலை அல்லது மறத் தன்மை இங்கு இவரால் குறிக்கப்படுகின்றது.

சங்க இலக்கியத்தில் ஈன்ற தாயும் வேண்டாள் அல்லள் *கல்வியின் வல்லான் சிறான்!* என்று கல்வியில் சிறந்து விளங்காத ஆடவனை மணந்துகொள்வதை மகளைப் பெற்ற தாய் விரும்பாள் என்கிற பாடலுடன் நேராக ஒத்துப்போகிறது. சங்க காலத்தில் நிலவிய இந்த உயரிய மனநிலை பிற்காலத்தில் முழுதுற அழிந்துபோனது. ஏற்கெனவே இருந்த ஒரு நிலையை மீட்டுருவாக்கம் செய்ய வேண்டுமென்கிற நோக்கில் பாவலரேறு படைத்த இம்முறை மிகப் பழங்காலத்தே தமிழரிடம் இருந்த நிலையாகும். மகளிர் வீரமும் யாவரும் அறிந்த ஒன்றே ஆகும். கல்வி, தறுகண், இசைமை, கொடை என்னும் நான்கினால் தோன்றுகின்ற பெருமிதத்தின் அனைத்துக் கூறுகளையும்

பெண்ணின் இயல்பினொடு ஒத்துப்போகின்ற வகையில் அணைத்தும் ஒன்று கூட்டி கூறியிருப்பதைப் புதுமையான முயற்சி எனலாம்.

உற்றார்க் குரியளல்லள்; ஓங்குயர்நூல் செப்பமுறக்
கற்றார் வியக்கும் கலைவிளைக்குஞ் செந்தமிழ்நாப்
பெற்றார்க் குரியளெம் பெண் (*எண்சுவை எண்பது* 1:1)

வாயுண்ணல் நற்றமிழே வாழ்ந்துபடல் செந்தமிழ்க்கே
ஏயுமுளம் அற்றை இளந்தமிழ்க்கே என்பான்மேல்
மேயுமிவள் கண்ணென்னு மீன் (*எண்சுவை எண்பது* 1:3)

சற்றும் தயங்குவதில்! சார்ந்தாரை எண்ணுவதில்;
முற்றும் உளந்தோயும் முத்தமிழில் வல்லானைப்
பற்றுமென் பாவையிளங் கை (*எண்சுவை எண்பது* 1:7)

தணிவடையாச் செந்நாவின் தண்டமிழிநூல் கற்றுப்
பணிவுடைய பாவலற்குப் பாவையவள் செம்பொன்
மணிவயிறு தாங்கும் மகன் (*எண்சுவை எண்பது* 1:10)

பாவலர் பாரதி நிமிர்ந்த நன்னடையும் நேர்கொண்ட பார்வையும் நிலத்தில் யார்க்கும் அஞ்சாத ஞானச்செருக்கையும் பெண்கள் பெற்றிருக்க வேண்டும் என்று கூறுவார். இங்குக் கூறப்படும் ஆணின் இயல்பு கலைகளிலும் அறிவிலும் தேறிய/ குறிப்பாக நூல்கள் பல கற்று, தமிழ் நெஞ்சனாக வாழ்பவனையே தம் மகள் மணப்பதற்குத் தகுதியானவின் என்கிற புதுக் கருத் தாடலை முன்வைக்கிறார். கல்வி, தறுகண், இசைமை, கொடை என்பவனவற்றுக்கெல்லாம் உலகியல் சார்ந்து வேறு வேறு பொருள்கள் சார்த்திக் கூறுவது தமிழில் தொடர்ந்து வருகிறது. ஆனாலும் இவரின் நோக்கும் போக்கும் வேறு விதமாகக் காணப்படுகிறது.

இந்நூலின் மூன்றாம் பகுதி அச்சம் என்னும் மெய்ப்பாட்டின் மீது கட்டமைக்கப்பட்டுள்ளது. இதுவும் சங்க இலக்கியத்தில் காணப்படும் ‘‘உடன்போக்கிய (*தன் மகளை*) தலைவியை எண்ணி நற்றாய் புலம்பும் நிலையினை ஒத்துள்ளது. ஆனால் இதில் இவர் கையாண்டுள்ள சிறுசிறு சொற்கள் பொருளாழம் மிக்கதாயும், அந்தச் சூழ்நிலைக்கு உகந்ததாயும், பா அழகைக் கூட்டி நிற்கின்றன.

பழியறியீர் காட்டீரோ? பாரறியாள்; மேவும்
இழிவறியாள்; பெற்றோர் இடும்பறியாள்; வாழ்க்கை
வழியறியாள் போன வழி (*எண்சுவை எண்பது* 3:3)

காதலுடன் உடன் சென்ற தன் மகள் போன வாயில் எதிர்ப்படுவோரிடம் தன் மகள் குறித்தறிய விரும்புவதாய், ‘பழியறியீர்’ என்று அவரைப் பார்த்துக் கூறி விவரங் கேட்டதாக அமைந்துள்ளது. இதன்பொருள் பழியறியாதவரே என்று முன்னிற்பவரை விளித்தல் தன்மையொடு, பொய் கூறுவதால் வரும் இழிவை விரும்பாதாவரே என அவரை உயர்த்திக் கூறி தான் விரும்பினதை அவரிடம் பெற்றுக்கொள்ள விழையும் புத்திக்கூர்மையினை வெளிப்படுத்த இந்தச் சொல்லைப் பெய்து அந்த உரையாடலைத் துவக்குகிறார்.

இழிவு என்னும் மெய்ப்பாட்டின் மீது கட்டப்பட்டுள்ளது, இந்நூலின் 5ஆம் பகுதி. இந்தப் பகுதி முழுவதும் முரண்களால் நிரம்பியுள்ளது. இழிவு என்னும் சுவையை முரண்களால் போர்த்தியுரைப்பது மிக நேர்த்தியான உத்தி முறை ஆகும். அந்த உத்தியை இவர் நன்கு கையாண்டுள்ளார்.

பொன்வயிறு வந்தாள்; புறம்போனாள்! தான்பிறந்த
புன்வயிறு தீவைத்தாள்! போகுங்கொல், போகாதே
என்வயிறு பட்ட இழிவு. (*எண்சுவை எண்பது* 5:1)

பொன் வயிறு என்று தலைவி பிறந்த போது ஊரார் போற்றியதையும், அதே ஊரார் தலைவி உடன்போக்குச் சென்றாள் என்பதை அறிந்து பழித்தலால் அதனை புன்வயிறு என்று வருத்தமுறுவதையும் எளிய சொற்களால் இருவேறு முரண்களை ஒன்றிணைத்து இலக்கியச் சுவையூட்டுகிறார். இந்தப் பகுதியின் அனைத்துப் பாடல்களையும் இத்தகைய முரண்களால் ஆக்கி, மனத்திற்குச் சுவை அளிக்கிறார்.

நல்லாரும் போற்ற நடந்தாளே! நாணமிலாப்
பொல்லா ருந் தூற்றப் புறம் போனாள்! பூவையவட்
கெல்லாருஞ் சொல்வர் இழிவு (*எண்சுவை எண்பது* 5:6)

இந்தப் பாடலும் முன்னம் குறிப்பிட்டதைப் போன்று இரு முரண்களால் ஆகியுள்ளது. தொல்காப்பியர் குறிப்பிடும் இழிவு “மூப்பு, பிணி, வருத்தம், மென்மை என்னும் நான்கினால் தோன்றுமென்கிறார். இந்த நான்கையும் ஒரே நேர்க்கோட்டில் கொணர்ந்து சங்கமமாகுமாறு செய்து விடுகிறார் பாவலரேறு. தாயின் வயதான காலத்தில் அவளை மறந்துபோன தலைவி என்பதனால் மூப்பும் (*தாயின் மூப்பும்*) அதினால் அவளுக்கு ஏற்பட்ட உளப்பிணியும், மெய் வருத்தமும், அவற்றையெல்

லாம் தாங்குதற்கு ஏலாத எளியவள் என்பதனால் மென்மையும் தோன்றுகிறது. ஆக, எண்வகை மெய்ப்பாடுகளையும் ஒரு தாயின் மனநிலையிலிருந்து அழகுற புனைவாக்கிய இவரின் ஆற்றல் வியப்பிலாழ்த்துகிறது.

இந்தப் படைப்புக்கான அளவுகோல் பழையதாயினும் அதனை வெளிப்படுத்திய முறை புதியது. தமிழிலக்கிய வரலாற்றில் புதிய முயற்சியாக இது திகழ்கிறது எனலாம். இதில் இடம் பெறும் நிகழ்வுகள் பழையனவற்றை நினைவுறுத்தினாலும் மொழி அழகும் சுருக்கமான மொழிப் பயன்பாட்டின் மூலம் அழுத்தமான உணர்வை எடுத்துவைத்திருக்கும் உத்தியும் தனித்துவமானவை என்பதில் வேறுபட்ட கருத்திருக்க வாய்ப்பில்லை.

உலகியல் நூறு

தமிழ்ச் சமூகம் தனக்கென பல்வேறு சிறப்புகளைத் தன்னகத்தே அடைகாத்து வருகின்றது. அவற்றுள் ஒன்று அறம் என்பதாகும். அறம் எவையென்ற கருத்து மோதல்கள் இருப்பினும், அறம் சார்பான கருத்துகளும், பேச்சுகளும் தமிழ்ச் சமூகத்தில் இடையறாமல் தொடர்ந்து கொண்டிருக்கின்றன. அறம் குறித்த புரிதல், அறம் சார்ந்த விழுமியங்கள் யாவும் தமிழ் கூறும் நல்லுலகில் எளிதாகப் புலப்பட்டாலும் நூல்களில் மிகக் குறைந்த அளவே அறத்திற்குரிய இடம் வழங்கப்பட்டுள்ளது. உலகம் யாவற்றுக்கும் பொதுமையில் அறம் பாடிய நூல்களில் திருக்குறள் சிறப்பிடம் பெறுகின்றது. நாலடியாரும் அந்த வரிசையில் இடம் பெறுகிறது. அறம் சார்ந்த உரையாடல்கள் பெரும் கால வெளியில் தொடர்ந்து வந்தாலும் அதனை நூல்களின் வழியாக வெளிப்படுத்தியது மிகக் குறைவேயாகும். அற நூல் ஆக்கும் ஆசிரியனுக்கு அறம் பற்றிப் பாடுவதில் மிக நுட்பமான அறிவும், சமூகத்தை தொடர்ந்து உற்றுநோக்கலும் இன்றி அமையாத பண்புகளாகும். அந்த வகையில் சமூகத்தின் மீது தொடர்ந்து தம் கவனத்தைச் செலுத்திவரும் பாவலரேறு, உலகியல் நூறு என்னும் இந் நூலைப் படைத்தளித்ததில் மிகுந்த பொருத்தப் பாடுண்டு.

தமிழின் மிகக் குறைந்த எண்ணிக்கையில் உள்ள அற நூல் வரிசையில், பாவலரேறுவின் உலகியல் நூறு என்னும் நூலும்

அடங்கும். 1973-74ஆம் ஆண்டுகளுக்கிடைப்பட்ட காலப் பகுதியில் எழுதப்பட்ட இந் நூல் 20 இயல்களாகப் பகுக்கப் பட்டுள்ளது. ஒவ்வொரு இயலினுள்ளும் 5 நிலைகள் குறுந் தலைப்புகளாக மொத்தமுள்ள 100 பாடல்களும் வெண்பாவினால் ஆனவை. இந்த நூலில் பிறமொழிச் சொற்கள் ஏதும் இடம் பெறவில்லை என்பது இதன் மற்றுமொரு சிறப்பாகும். பாவல ரேறுவின் செம்மையான தனித்தமிழ் நடையினால் நடை பயிலு கிறது இந்நூல்.

உலகியல் என்னும் இயலில் தொடங்கி இறைமையியல் என்னும் இயலில் நிறைவுறுகிறது. இயல்வைப்பு முறையிலும், இயலின் உட்பிரிவான நிலைகளிலும் ஓர் ஒழுங்கமைவும், உட் பிணைப்பு நிலையும் சங்கிலித் தொடர்போல் காணப்படு கின்றன. பொதுவாக எங்கும் தமிழ் எதிலும் தமிழ் என்ற சிந்தனையோட்டத்துடன் இடையறாது இயங்கும் பாவலரேறு, இந்த நூலில் தமிழினச் சார்புக் கருத்தையோ அல்லது பிற இன எதிர்ப்புக் கருத்தையோ இம்மியளவும் வெளிப்படுத்தவில்லை. தாம் எவ்வகையான இலக்கியத்தைப் படைக்க முயல்கிறாரோ அவ்விலக்கியத்திற்கான இலக்கணம் என்னவென்பதை உள்வாங்கி, இலக்கணம் மீறாத இலக்கிய உருவாக்கத்தை மேற்கொள்ளும் பாங்கு மெச்சத் தகுந்தது.

எளிமையான சொற்களின் சேர்க்கையால் உருவாக்கப்பட்ட இந்நூல், பொருளாழம் மிக்கது. வாழ்வியல் நுணுக்கங்களின் பிழிவாக அமைந்துள்ளது. இருமுறை படித்தால் விரைவில் மனதில் ஒட்டிக் கொள்ளும் தன்மையிலான இந் நூலில், திருக் குறளின் கருத்துப்போல் கருத்து ஒருமைப்பாடு மிளிர்கிறது. உலகின் முதன்மையான நிகழ்வுகள், அந் நிகழ்வுகளை எளிதில் உணர வைக்கும் எளிய சொல்லாட்சிகளால் ஆன உவமைகள் கையாளப்பட்டுள்ளன. சான்றாக,

ஓவத் துணுக்கால் உருவறியார் ஒவ்வொன்றா
மேவத் துடிக்கும் மிகை உருவம் (20 : 5)

பெரிய ஓவியத்தைப் பல துண்டுகளாகக் கிழித்து, ஒவ்வொரு துண்டையும் கொண்டு முன்பின் பார்த்தறியாத உருவத்தை தம்முடைய கற்பனைக்கேற்றவாறு ஓர் உருவத்தை உருவாக்கிக் கொண்டு இதுதான் கடவுள் என்கிற மனப்போக்கு இருப்பதாகக்

கூறுகிறார். இது போன்ற எண்ணற்ற உவமைகள் கையாளப் பட்டுள்ள திறம் வியக்கவைக்கிறது. கற்பனைச் சிறகுகள் பரப்புவதில் உச்சம் தொடுகிறார் பாவலரேறு.

தமிழ்ச் சமூகத்தில் குடும்பம் ஒரு வலிமையான அமைப்பு ஆகும். எனினும் சில வேளைகளில் உறவுகளில் விரிசல் ஏற்பட்டுக் குடும்பங்கள் அதன் அடிப்படை பொருளை இழந்து விடுகின்றன. பாவலரேறுவின் ஆக்கங்களில் தமிழ்மொழி, இனச் சார்புக் கருத்துகளுக்கிணையான இடத்தைக் குடும்பம் பெறு கின்றது. குடும்ப உறவில் காணப்படுகின்ற மெல்லிய அழகிய உணர்வுகளைப் பதிவிடுவதில் - செப்பமிடும் கருத்துகளை முன் வைப்பதில் - குடும்பங்கள் கொண்டொழுக வேண்டிய கருத்து களை சுவைபட முன்வைப்பதில் தேர்ந்தவர் பாவலரேறு. இதனை மகபுகுவஞ்சி, ஐயை, பாவியக் கொத்து உள்ளிட்ட நூல்களைப் படிக்கும்போது எளிதில் விளங்கும். இந்த வரிசை யின் தொடர்ச்சியாக உலகியல் நூறு நூலினுள்ளும் குடும்ப வியல் என்னும் இயலில் 5 நிலைகளை விளக்குகிறார். குடும்ப வியலைக் காதல் என்கிற அடித்தளத்தின் மீதே கட்டமைக்க அதனை முன்னிலைப்படுத்துகிறார். இந் நூல் வாழ்வின் அனைத்து நிலைகளையும் உள்ளடக்கிக் கூறும் உன்னதமான இலக்கிய மாகத் திகழ்கின்றது. இதனுள் காணலாகும் கருத்துகள் யாவும் யாவர்க்கும் உவப்பளிக்கும் தன்மையில் அமைந்துள்ளன.

குடும்பம் என்கிற அமைப்பினுக்கு அடுத்த நிலையில் காணப்படும் சமூகத்தின் ஒழுங்கமைவிற்கு நல்லாட்சி மிக முக்கியம் என்கிறதான கருத்தை முன்வைத்து, நாட்டியல் என்னும் இயலில் ஆட்சிநிலை அமையும் தன்மைகளை சுட்டிச் செல்கிறார். நல்லாட்சி எது என்பது போன்ற கருத்துகளைக் கூறுவதில் கையேடாகக் காணப்படுகிறது இந் நூல். நல்லாட் சிக்கு உறுதுணையாகின்ற சட்டநிலையின் உண்மைத் தன்மையை எக்காலத்தும் பொருந்துகின்ற வகையில் நயத்துடன் உரைக்கிறார்.

அமைத்த வதிகாரத் தாள்வோர்க்குச் சார்பாய்
சமைத்துக் கொளும்நெறியே சட்டம்-இமைத்துரைப்பின்
ஆனைக் குழுசெய் யறநெறியாங் கோரேப்
பூனைக் குதவுமெனல் பொய் (2:2)

உலகத்தைக் கடந்த புடவி என்கிற நிலையையும் சமூகம், குடும்பம், தனிமனித நிலையில் ஆண் - பெண் உறவுநிலை, அவர்களின் இல்லற வாழ்வின் மிக நுண்மையான கூறுகள், பிறப்பு - இறப்பு, ஆட்சி நிலை, இறைமை என யாவற்றையும் உள்ளடக்கி மிகச் சுருங்கிய அளவிலான நூலாயினும் பெரும் பருப்பொருள்களைத் தாங்கிய பிழிவாக விளங்குகிறது இந் நூல். ஒவ்வொரு நிலையிலும் காணப்படுகின்ற மெய்ம்மங் களைச் சுவைபட கோத்துள்ள இந் நூலின் திறம் தமிழுக்குக் கிடைக்கப்பெற்ற ஓர் அரிய பெட்டகமாக விளங்குகிறது.

கழுதை அழுத கதை - புதுவகைப் பாவியம்

தமிழ் கூறும் நல்லுலகில் சில குறியீடுகள் - சில வழக் காறுகள் - சில விலங்குகள் யாவும் கீழ்நிலையை உணர்த்துவதற் காகத் தொடர்ந்து பயன்படுத்தப்படுகின்றன. அவற்றுள் கழுதை என்னும் விலங்கும் அடக்கம். கழுதை கெட்டால் குட்டிச் சுவர், கழுதைக்குத் தெரியுமா கற்பூர வாசனை? என்பன போன்ற சொல்லாடல்கள் கழுதையை வைத்து இழிநிலையைக் கூறப் படுகின்ற வழக்காறுகள் ஆகும். தமிழிலக்கியத்தில் அஃறிணை கள் மாந்தர்தம் உள்ள உணர்வினை வெளிப்படுத்துவதற்கான கருவிகளாகப் பயன்படுத்தப்பட்டுள்ளன. தமிழ்ச் சிற்றிலக்கிய வகையில் ஒன்றான தூது இலக்கியத்தில் கழுதை விடு தூது என்ற நூல் 19ஆம் நூற்றாண்டில் மிதிலைப்பட்டிக் கவிராயர் என்பவரால் பாடப்பட்டுள்ளது. இது இழிவு கருதிக் கழுதையைத் தூதாக்கும் வகையில் பாடப்பட்டுள்ளது.

கழுதை எனும் நாட்டு விலங்கிற்குக் கூறப்பட்டுள்ள இழிவு நிலையைப் போக்கும் வண்ணம், கழுதையைத் தலைமைப் பாத்திரமாகக் கொண்டு எழுதப்பட்டதுதான் கழுதை அழுத கதை என்னும் இப் புதுவகைப் பாவியமாகும். இதில் காட்டு விலங்குகளுக்கும் ஓர் உயர்ந்த நிலை வழங்கப்பட்டுள்ளது.

பாவலரேறு காலையில் உணவு உண்டபின் ஆற்றங்கரை யில் காற்றாடச் செல்கிறார். அந்த வேளையில் வெளுப்பார் அவிழ்த்து விட்ட கழுதையும் அதன் குட்டியும் மரண ஓலத்துடன் கத்தின. எதற்காக அவை இவ்வாறு கூச்சலிடுகின்றன என்ற தீவிர சிந்தனைக்குள்ளாகச் சென்று கண்ணயர்ந்து விடுகிறார்.

கண்ணயர்ந்தபோது ஏற்படும் கனவில் அவர் கண்ட காட்சிகளின் பிழிவே பாவியமாக உருக்கொண்டது.

கழுதையின் வழியாகவே இந்தப் பாவியம் நடை பயில்கிறது. தலைமைப் பாத்திரமாகப் படைக்கப்பட்டுள்ள திறம், குறிப்பிட்ட வரிகளுக்குமேல் அது கழுதையாகப் பார்க்கப்படாமல், மொழிநலம் பேசுகின்ற - இனநலம் பேசுகின்ற - ஒடுக்கப் பட்டோரின் உரிமைப் பேசுகின்ற - பொதுவுடைமை பேசுகின்ற - மாந்தர்களிடையே காணலாகும் இழிவுகளைச் சுட்டும் போராளியாகத் தென்படுகிறது. ஒரு நிலைக்கு மேல் அது அஃறிணை என்ற உணர்வே அற்றுப் போகிறது.

இந்தப் புதுவகைப் பாவியம் சிறுவர்களுக்காகப் பாவலரேறு அவர்களால் நடத்தப்பட்ட தமிழ்ச்சிட்டு எனும் இதழில் தொடர்ந்து இடம் பெற்றிருந்தது. 1968 முதல் 1986 வரையிலான 18 ஆண்டுகளுக்கு இடைப்பட்ட காலகட்டத்தில் அது தொடர்ந்து வெளியிடப்பட்டு வந்தது. இந்தப் பாவியம் 30 இயல்களாகப் பகுக்கப்பட்டுள்ளது. 1862 வரிகளில் இன்னிசைக் கலி வெண்பாவால் இயற்றப்பட்டுள்ளது. இதன் மற்றுமோர் சிறப்பு, தமிழிலக்கியத்தில் இவ்வகைப் பாவினத்தில் இதுவரை வெளியிடப்பட்டுள்ள நூல்களில் இதுவே பெரியது ஆகும். இதனை உருவகப் பாட்டு, உருவகக் கதை என்றும் குறிப்பர்.

இந்நூல் படிக்கும்போதெல்லாம் மகிழ்வூட்டுதலை மேன்மேலும் கூட்டிக்கொண்டே செல்கிறது. பாவியமாயினும் மிகச் சிறந்த அழுத்தமான உரையாடல்களைக் கொண்ட நாடகமாகத் திகழ்கின்றது. இதன் கதைப்போக்கு எந்தவிடத்தும் தொய்வின்றி மிளிர்கிறது.

ஈரம் பிசுபிசுத்த தோலும் திரிதிரியாய்
நாரத்தங் காயின் நடுநார்போல் மேனியெங்கும்
தொங்கும் பழுத்த மயிர்த்திரளும் தொய்முதுகும்
தங்கும் அடிபெருத்த தாழி என வயிறும்
முட்டியிடு காலும் முழம் நீண்ட காதுகளும்
குட்டைக் கழுத்தும் குறுஉடலும் வெள்மூக்கும்

(*கழுதை அழுத கதை* 138-147)

என்று கழுதையின் தோற்றத்தை இத்துணை அளவு நுணுகி விவரித்த ஆசிரியர் பாவலரேறுயன்றி வேறெவருமில்லை.

இந்தப் பாவியம் முழுதும் எவ்வித தொய்வுமின்றி ஆற்றொழுக் காக இயல்பாகச் செல்கிறது. இடையிடையே பறவைகளின் விவரணையும் பட்டியலும் - விலங்குகளின் விவரணையும் அதன் பட்டியலும் - மலர்களின் பட்டியலும் என இயற்கை யாவினுள்ளும் தென்படும் யாவற்றையும் கதை மாந்தர்களாகக் கொண்டுள்ளது இப் பாவியம்.

பட்டுமயிர் தொங்கிப்
பளபளக்கும் மேனிக்குக்
சுட்டிச் சவர்க்காரம்
மூக்கு கமகமக்கப்
போட்டுக் குளிப்பாட்டிப்
பூங்கழுத்துப் பட்டியிட்டு,
சேட்டுக் குழந்தைபோல்
சீராட்டிப் பாராட்டிக்
கொஞ்சி வளர்க்கப்
படுவதும் கூறுவதோ? (*கழுதை அழுத கதை* 64-73)

என்று செல்வர்களின் இல்லங்களில் வளர்க்கப்படும் நாய்களின் வளர்ப்பு முறையைக் கழுதையின் உள்ள வெளிப்பாடாகப் புா நயத்துடன் வெளிப்படுத்துகிறார்.

கோயிலென்றும் தெய்வமென்றும்
கோடிக் கதைபடிப்பார்;
வாயிலொன்றும் நெஞ்சிலொன்றும்
வாழ்க்கை நடத்திடுவார் (*கழுதை அழுத கதை* 465-468)

பொல்லா அறக்கொடியோர்
பொய்யுரைத்து வாழ்ந்திடுவோர்
இல்லாத ஏழையரை
எத்திப் பிழைத்திடுவோர்;
கன்னியரைக் கற்பழிப்போர்;
கையூட்டு வாங்கிடுவோர்
துன்னக் கொலைவிளைப்போர்;
போலித் துறவியர்கள்
கல்லாத மூடர் கயவர், பெருங்களியர்
எல்லாரும் நாம்உண்ணற் கேற்ற விலங்குகளாம்
(*கழுதை அழுத கதை* 1654-1965)

மக்களிடம் காணப்படும் ஒழுங்கற்ற நிலையை அஃறிணை களின் வழியாக உணர்த்துகிறார். சிறுவர்களுக்கான இதழில்

வெளியிடப்பட்டுள்ள இந்தப் பாவியம் சிறுவர் முதல் பெரி யோர் வரையிலும் யாவரும் பெற்றொழுக வேண்டிய உயர் நற் குணங்கள் கழுதையின் வாயிலாக உணர்த்தப்படுகின்றன. விலங் கினங்கள் வழியாக உயர்வான கொள்கைகளை முன்வைப்பதை ஓர் உத்தியாகக் கையாள்கிறார் பாவலரேறு.

> ஒப்பற்ற கொள்கை உழைத்துண் பதுவே
> தப்பலுண்டோ அக்கொள்கை நம் வாழ்வில்? தாழ்தலுண்டா?
> கொள்ளை யடித்துக் குவிக்கின்ற வன்செயல்மேல்
> வெள்ளை யடித்தே அறமென்று வீம்புகின்ற
> மொள்ளைப்பேச் செங்களிடை முள்ளின் நனியுண்டா?
> நொள்ளை வழக்கத்தை மாந்தரைப்போல் யார்தொடர்வார்?
> *(கழுதை அழுத கதை 1194-1200)*

உழைத்துண்பதுவே ஒப்பற்ற கொள்கை என்பதை விலங் கின் வழியாக முன்வைக்கிறார். பொதுவாகப், பாவலரேறுவின் படைப்புகள் யாவினுள்ளும் இனநலம் - மண் நலம் - மொழி நலம் போன்றவை அடியிழையாக இடையறாது தொடர்ந்து இயன்று வருவதைக் காணலாம். இந்தப் படைப்பும் விலக்கு அன்று. ஆயினும், கருத்தை வெளிப்படுத்தும் முறை - கருத்தை வெளிப்படுத்துவதற்காகத் தேர்ந்துகொண்ட மொழிநடை, கற்பனை வளம் போன்றவை பாவலரேறுவின் படைப்புகள் பெரும்பாலும் ஒன்றிலிருந்து ஒன்று விஞ்சி வேறுபட்டு நிற்கின்றன. இந்தப் பாவியத்தின் ஒவ்வொரு வரியும் ஒன்றுடன் ஒன்று போட்டியிட்டு வெற்றி ஈட்டிக் கொண்டே செல்கின்றன. இந்தப் பாவியம் கற்பனைகளின் உச்சம் ஆகும். கையாளப்பட்டு உள்ள மொழிநடை, மிக எளிய சொற்களின் கோவையாக உள்ளது. பொருள் விளங்காப் புதுச்சொற்கள் ஆளப்படவே இல்லை.

மகபுகு வஞ்சி

இலக்கியத்தை அதன் பயன்கருதி இரு வகைகளில் கூறு படுத்தலாம். அவை 1. அறிவூட்டல், 2. மகிழ்வூட்டல் என்பது ஆகும். வழக்கம்போலவே பாவலரேறுவின் மகபுகு வஞ்சி எனும் நூல் அறிவூட்டலைத் தலைமை நோக்கமாகக் கொண்டு அமைகிறது. அந்த அறிவூட்டலும் பொதுமைநிலையில் அமை யாமல் இல்லற வாழ்வில் புகும் மகளிர் பெற்றொழுக

வேண்டிய அடிப்படைக் குணங்களின் வழிகாட்டியாக அமை கிறது. அதனாலேயே இந் நூலுக்கு மகபுகு வஞ்சி என்று தலைப்பிட்டுள்ளார் பாவலரேறு. பொதுவாகப் பெண்மைக்கு உயர்வான இடமளிப்பதற்கு இவரின் படைப்புகள் சான்றுகள் பகர்கின்றன.

இந் நூலைத் தாம் படைப்பதற்கான உந்துதல் ஏற்பட்ட வகையைப் பின்வருமாறு கூறுகிறார். 'காலத்தால் விளங்கித் தோன்றுவன போல், காலத்தால் கரைந்து போவனவும் உண்டு. அவ்வவ் வியற்பாடல்களின் கீழ், தமிழகத்துள் இக் காலத்தில் கரைந்து வரும் எண்ணற்ற அகப்புற மெய்ப்பாடுகளுள் இல்லற மெய்ப்பாடும் ஒன்று. அம் மெய்ப்பாடு சிதைவதுபோல் நின்று ஒளிர்வதும், ஒளிர்வது போல் நின்று சிதைவதும், அறுவகை முரண்பாட்டுக்கும் இருவகைத் துய்ப்புக்கும் இடனாகிய இவ்வுலகின் இயற்கை.

எனவே, இல்லறச் சிறப்பு ஒரு வடிவம் பெறும் வகையில் ஒரு சொல்விளங்கல் செய்து வைத்தேன். அந்தச் சொல் விளங்கலே 'மகபுகு வஞ்சி' எனும் இந்நூல்.

இல்லறச் சிறப்பைக் காலக் கரைசலுக்கு உட்படாமல் நிலை நிறுத்துவதில் எத்தனையோ நன்மை பயப்பாடுகள் உண்டு. அவற்றுக்கு மகபுகு வஞ்சி யெனும் இவ்விலக்கியத் துணுக்கும் இலக்காக நின்று இயங்கும். (மகபுகு வஞ்சி - முன்னுரை) என்று இந் நூலின் முன்னுரையில் அவர் கூறியுள்ளதைப் போன்று இல்லறச் சிறப்பை நிலைநிறுத்துவதில் இந்த மகபுகு வஞ்சி சிறு கருதுகோளாகக் கொள்ளாமல் பெரும் பயன் விளை விக்கும் என உறுதியாக நம்பலாம்.

நூல் அமைப்பு

இந் நூல் குறளடி வஞ்சிப்பாவில் அமைந்தது. முப்பது பாடல்களைக் கொண்டது அகவியல், புறவியல், பொதுவியல் என்னும் மூன்று இயல்களாகப் பகுப்புக் கொண்டது. முதல் பத்துப் பாடல்கள் 1980ஆம் ஆண்டு பாவலரேறுவின் அன்புக்குப் பாத்திரமான திரு. மு. தமிழ்க்குடிமகன் அவர்களின் திருமணத் தின் நினைவாக அச்சிட்டு வெளியிடப் பெற்றது. புறவியல், பொதுவியல் எனும் இறுதி இரு பத்துப் பாடல்களும் பின்

னாளில் எழுதப்பட்டு 1973ஆம் ஆண்டில் வெளியிடப் பட்டது.

இப் பாடல்கள் யாவும் முதலில் பெண்ணின் இயல்பும், இடையில் அவள் நடந்துகொள்ள வேண்டிய வகையும், அவ் வாறு நடந்து கொள்வதால் அடையப்போகும் நன்மைகளும் இறுதியில் கூறப்பட்டுள்ளன. ஆகவே, இவை முன்னுரை, கருத்துரை, முடிவுரை என்ற அமைப்பின் காரணமாகக் கட்டுரை வடிவில் அமைந்திருப்பதை உள்வாங்கிக் கொள்ள முடிகிறது. இந்நூல் உலக மகளிர் யாவர்க்கும் பொதுவாக்க எண்ணி மிக நேர்த்தியான ஆங்கில மொழிபெயர்ப்பும் இடம் பெற்றுள்ளது.

பெண்மையைப் போற்றுதும்

பெண்மையைப் போற்றுவதில் பாவலரேறு விருப்புடை யவர். ஐயை எனும் தனித்தமிழ்ப் பாவியத்தில் பெண்மையை வியந்து போற்றும் அவர் குணவியல்பு வெளிப்பட்டு நிற்கிறது. அதே தன்மையில் பிற படைப்புகளிலும் மகளிரின் மேன்மையை ஆழமாக உணர்த்துவது இயல்பாகக் காணப்படுகிறது.

படைப்பாளிகளின் இறை வணக்கம். இயற்கை வணக்கம். மூத்தோர் போற்றி என்ற வழக்கமான நிலையிலிருந்து நழுவி, தாய்மை வணக்கம் என்று முன்னிலைப்படுத்துவதை மேலே கூறியவற்றுடன் ஒப்பிட்டுப் பார்க்க வேண்டும்.

வாய்மை நெஞ்சிலும் வான்பொறை சொல்லிலும்
தூய்மை நிகழ்விலும் துடிப்புநற் பணியிலும்
சேய்மை புரப்பிலும் சிறப்புறக் கொள்ளுமோர்
தாய்மை மகட்குயான் தலைதாழ்த் துவனே

(*மகபுகு வஞ்சி - தாய்மை வணக்கம்*)

என்று பெண் எல்லாமுமாக நின்று வாழ்விற்குத் துணையாக நிற்பவர் என்பதோடு, அவளின் தன்மையைப் போற்றும் வண்ணம் வணங்குகிறார். இலக்கியத்திற்காகப் பெண்மையைப் போற்றுபவராக இல்லாமல், தம்முடைய இல்லறத்திலும் பெண்மையைப் போற்றும் தன்மையை, என் மனைவி தாமரை யாள் என்னும் தலைப்பில் எழுதிய பாடலில்,

பொன்னுக்கும் பட்டுக்கும் விழைவிலாத் துறவி
பொழுதுக்கும் காலாறா நடைபாவும் இறைவி

சின்னக்கைக் குழந்தைக்கும் குழந்தையவள் நெஞ்சம்
சீறியெழின் பெண்புலியின் சீற்றத்தை விஞ்சும்
எனக்கெனவே வாழ்கின்றாள் எனக்கெனவே உயிர்ப்பாள்
இனிவரும் எப்பிறவியிலும் எனைப்பிரிந்து வாழாள்
தனக்கெனவோர் எண்ணமிலாள் செயலில்லாள் பேதை
தாயுக்கும் தாயானவள் உயிர் கலந்தாள் கோதை
இனியுயிர்க்கும் பிறவியிலே அவட்கடிமை செய்வேன்
என்னைநற் பெண்டாக்கித் தலைமையவட் குய்வேன்
தனியுயிர்க்கும் நினைவில்லை, திறப்பாடும் இல்லை
தாமரையாள் அன்புணர்வுக் கவளன்பே எல்லை (*கனிச்சாறு* 7-149)

என்பதன் மூலம் பெண்மையைப் போற்றும் பண்பைத் தம் முடைய இல்லத்திலிருந்தே தொடங்குவதை அறியலாம். மேலும் அவருடைய படைப்புகளில் தென்படும் பெண்கள் யாவரும் பெண்ணினத்தின் மேன்மைக்கொரு சான்றாகும் வகையில் படைக்கப்பட்டுள்ளமை எண்ணுதற்குரியது.

பெண்களின் வாழ்வுக்கு ஒரு கையேடு

இக்காலத்தில் இல்லற வாழ்வு அற்பமான காரணங்களால் சின்னாபின்னமாகி விடுகின்றது. வாழ்வின் அடிப்படை என்னவென்று உணர்ந்து, ஒரு புரிதலுக்குள் கணவன் மனைவி செல்லும் முன்னமே மனமுறிவு ஏற்பட்டு விடுவதுண்டு. இது போன்ற சிக்கல்களுக்கான தீர்வை முன்வைக்கும் முகத்தான் இந் நூல் படைக்கப்பட்டுள்ளது.

இரு வகையில் இந் நூலின்மேல் எதிர்மறையான திறனாய்வாகப் பெண்மைக்கு மட்டுமே அறிவுரை கூறுவதாக அமைந்துள்ளதால், இல்லற வாழ்வில் ஏற்படும் பிரச்சனைகளுக் கெல்லாம் பெண்களே காரணமாகிறார்களா? என்கிற மறைமுகக் கேள்வி எழக்கூடும். அக் கேள்விக்கு இல்லற வாழ்வினைச் சீர் குலையாமல் நடத்திச் செல்வதில் கைதேர்ந்தவள் பெண் என்பதனால், கணவன் வீடுபுகும் பெண்ணிற்கு வழிகாட்டிக் கையேடாக அமைந்துள்ளது இந் நூல் என்று அமைதி கூறலாம்.

அகவியல் பத்து என்னும் முதல் பகுதியின் பாடல்களில் மாவடுவிழீஇ. புதைவாய் நகைச்சீ, வீழ்பொலி குழலி, வளர்

பிறை நுதலி, வார்கெழு வளைச்சீ, தளிருடல் முருகீ, கழை மென்றோளீ, நாடுநல் நெஞ்சீ, காக்குயருளத்தீ என்று ஒற்றை வரியில் பெண்ணின் தோற்றப் பொலிவை, எழில் நலத்தை செறிவாகப் புனைந்திருக்கும் திறம் பாராட்டுதற்குரியது.

பெண்மையைப் போற்றும் வரியைத் தொடர்ந்து மூன்று அடிகளில் கணவன் வீடுபுகும் பெண்டிர் நடந்துகொள்ள வேண்டிய செயல்முறைகள் எளிய சொற்களால் மிக அழகாகப் புனையப்பட்டுள்ளன.

சிறுநலம் பெறின் பெரிதுவந்துரை
மறைத்தெழில் புனை, மடிகளைந்திள
மயிலெனத் திகழ், அவன்மறு மறை (மகபுகு வஞ்சி 2)

என்று ஒவ்வொரு பாடலிலும் பெண்ணானவள் நடந்து கொள்ள வேண்டிய வகையை மொழிந்துள்ளார். அவ்வாறு நடந்து கொள்வதினால் உண்டாகும் பயனாகக் 'கணவனோடு சேரும் முதல் நாள் காணும் இன்பம் பொருந்திய திருநாளைப் போன்றே எதிர்காலத்து வரும் ஒவ்வொரு நாளையும் காண்பாய் என்று அனைத்துப் பாடல்களையும் வாழ்த்துப் போன்று படைத்துள் ளார் பாவலரேறு.

பொதுவாக, பெண்களுக்கு கூறப்படும் அறிவுரைகள் மிகுதியும் வாய் மொழியாக வெளிப்பட்டு காலப் போக்கில் மறைந்து போகும் தன்மையில் அமைந்தவை. ஆனால் இந் நூலின் கருத்துகள் யாவும் தொடர்ந்து முன்னெடுத்துச் செல்வ தற்கு ஏதுவாக பொதுநிலையில் அமைந்தவையாகும். தமிழ் இன - நல மீட்பிற்காகத் தொடர்ந்து இயங்கிய பாவலரேறுவின் இலக்கியத் தடத்தில் இதுபோன்ற வாழ்க்கை நல வழிகாட்டி நூல்கள் குடும்ப உறவுகளில் சிதைவுகள் நேராவண்ணம், அவை வலுப் பெறுவதற்கு மேற்கொண்ட இலக்கிய முயற்சிகள் ஆகும். எளிமையான இந்த இலக்கியப் படைப்பு வெளிப்படுத் தும் - அறிவுறுத்தும் பொருள் இல்லற வாழ்வினுக்கு இன்றி அமையாத ஒன்றாகும்.

7. மூத்தோரைப் போற்றிய பாவலரேறு

பாவலரேறு பல்வேறு வகைகளில் சமூக அவலங்களை எதிர்த்தும், பேசியும் எழுத்துக்களின் வழியாக எதிர்வினையாற்றி யும் வந்துள்ளார். இடையறாத பணிகளுக்கிடையேயும் தமக்கு முன்மாதிரியாக மூவரை முன்னிறுத்தி, அவர்களைப் போற்றியும் சமூகத் தளத்தில் கொண்டு சேர்த்ததுமான செயல்களையும் ஆற்றி உள்ளார்.

தமிழரை வீறு கொண்டெழச் செய்யும் பாடல்களைப் புனைந்த படைப்பாளியாகிய பாவேந்தர் பாரதிதாசன், தமிழினத் திற்கு உலகோர் மத்தியில் தலைநிமிர்வை உருவாக்கிய ஒப்பா ரும் மிக்காருமிலா ஆய்வாளர் பாவாணர், அடிமைப்பட்டுக் கிடந்த தமிழ்ச் சமூகத்தின் கசடுகளைக் களைந்த சமூகப் போராளி தந்தை பெரியார் என்னும் மூன்று முக்கிய ஆளுமைகளின் பணி களை நேர்மையாகப் பதிவு செய்துள்ளார்.

பாரதிதாசன், பெரியார், பாவாணர் எனும் மூன்று சான் றோர்களைக் குறித்துப் பாவலரேறு பேசியவற்றுள் - எழுதிய வற்றுள் அரிதான செய்திகள் அடங்கியுள்ளன. பாரதிதாசன், பெரியார், பாவாணர் என்ற மூன்று அறிஞர் பெருமக்களின் வரலாறுகளை எழுத - ஆவணப்படுத்தப் புகுவோருக்கு இவர் களைப் பற்றி பாவலரேறு எழுதியுள்ள பாவேந்தர் பாரதிதாசன் (1984), பாவாணர் (2001), பெரியார் (2006) ஆகிய நூல்கள் அரிய செய்திகளை அளிக்கின்றன.

பாரதிதாசன்

தமிழ்க் கவிதை வரலாற்றைப் பாவேந்தர் பாரதிதாசனைத் தவிர்த்து விட்டு எழுத முடியாது. அப்படி எழுதினால் அது முழுமையான வரலாறாக அமையாது. ஏனென்றால், தமிழ்க் கவிதை வரலாற்றில் பாரதிதாசன் ஒரு மைல்கல் எனலாம். தமிழ்ப் பாவலனைப் போற்றுவதில் பின்தங்கியே இருக்கும் தமிழகத்

தின் தலையெழுத்திற்கு இந்தப் புரட்சி பாவலனும் தப்ப வில்லை. கூறவந்தக் கருத்தைத் துணிந்து கூறும் ஆற்றல் வாய்க்கப் பெற்ற கவிஞர். தமிழ் - தமிழர் - தமிழ்நிலம் உயர்வுபெற எண்ணி எழுதியது ஏராளம். பாவேந்தர் வாழும் காலத்தும் வாழ்ந்து போனதற்குப் பிறகும் அவரைப் போற்றிய வர்களுள் குறிக்கத்தக்கவர் பாவலரேறு. அவ்வாறு போற்றிய வகைகள், செய்த பதிவுகள் யாவும் 'பாவேந்தர் பாரதிதாசன்' எனும் தலைப்பில் தொகுக்கப்பட்டுள்ளது. இத் தொகுப்பு பாரதி தாசன், உரைமாலை, பாமாலை, பாட்டரங்கமாலை, நிகழ்ச்சி மாலை எனும் ஐந்து தலைப்பின்கீழ் அமைந்துள்ளது.

இதில் 'நிகழ்ச்சி மாலை' எனும் பிரிவின் கீழ் 30 தலைப்புகளில் பாவேந்தரின் வாழ்வில் நிகழ்ந்த சுவையுள்ள 30 நிகழ்வுகள் கோர்க்கப்பட்டுள்ளன. இப்பகுதி சுவையுடனும் பிறர் அறிய வாய்ப்பில்லாத அரிய தகவல்களும் நிரம்பியுள்ளது. கொள்கைப் பிடிப்பும், எவர்க்கும் தலைவணங்கா செருக்கும் கொண்டுள்ள பாவேந்தரின் குழந்தைத் தனங்களும் குறும்புகளும் பாவேந்தரை வேறு கோணத்தில் வெளிப்படுத்தியிருக்கும் பிற நூல்களில் காணக்கிடையா அரிய பகுதி இதுவாகும்.

'நெருடல் இல்லாத மனம், கரடு முருடில்லாத அவரின் பழகுந் தன்மை. எடுப்பார் கைப் பிள்ளையாகி விடுகின்ற அவரின் குழந்தைமை, கள்ளங் கபடற்ற அவரின் நிலாச் சிரிப்பு, தென்றலாகவும் புயலாகவும் மாறி மாறி வீசும் அவரின் சொல்வீச்சுக்கள்; அடிக்கடி சிணுங்கிக் கொள்ளும் வஞ்சகமற்ற அவரின் பழகுமுறைகள், நெருப்பை அள்ளிக் கொட்டும் அவரின் மேடைப் பேச்சு, அனைவரிடமும் குழைந்து பழகும் அவரின் தூய்மையான, தண்ணென்னும் அன்புணர்வு - இவை அனைத்தும் தனித்தனி இலக்கியங்கள் (பா.பா.அ) என அவரின் இயல்பு களை வரிசைப்படுத்துகிறார் பாவலரேறு.

பாரதியின் மீது ஏற்பட்ட அன்பின் நிமித்தம் பாரதிதாசன் என்று தம் பெயரை மாற்றியவர் பாரதிதாசன். எனினும் இருவரின் மொழி ஆளுமையையும், கவிதை ஆற்றலையும், இன விடுதலை உணர்வையும் ஒப்புநோக்கி கண்டுரைத்தவர் பாவலரேறு. இந்த ஒப்புமை ஒருவரை உயர்த்தி - தாழ்த்திக் கூற வேண்டுமென்ற எண்ணமின்றி நடுநிலையில் அமைந்த ஒப்புநோக்கலே எனத் துணிந்து கூறலாம்.

புரட்சி என்ற சொல்லுக்கான பொருளை இருபதாம் நூற்றாண்டு மக்கள்தாம் அறிந்துள்ளனர் என்பதும், அதற்கு வித்திட்டவை பாரதிதாசனின் பாடல்களே என்று நடுநிலை வழுவாத மிக முக்கிய கருத்துகள் குறிக்கத்தக்கவை. அவர் எழுதிய தொடக்கக் காலப் பாடல்களில் வடசொற்கள் விரவி யிருப்பதையும் சுட்டுகிறார். மேலும் இறை நம்பிக்கை மிக்கிருந் தது எனவும், தந்தை பெரியார் தொடங்கிய தன்மதிப்பு (சுய மரியாதை) இயக்கத்தின் தாக்கத்தினாலே பாரதிதாசன் தம் கொள்கையை மாற்றிக்கொண்டார்.

பாவேந்தர் வள்ளுவர் உள்ளம் என்னும் தலைப்பில் திருக் குறளுக்கான உரையை எழுதத் தலைப்பட்டார். அவ்வுரையினை அவருடைய அச்சகத்தில் பாவலரேறு கண்டு, பாவேந்தரின் உதவி யாளர் திரு. சாமி பழனியப்பன் அவர்களிடம் திருக்குறளுக்கு இவருடைய உரையில் புதிய கருத்துகள் ஏதுமில்லை. பழைய செய்திகளே உள்ளன. பரிமேலழகரின் உரையே சிறந்தது. எனினும் சில ஆரியச் சார்பு கருத்துகளை இடையே புகுத்தி விட்டார். எனவே அவ் வாரியச் சார்பு கருத்துகளைச் சுட்டி, அவற்றுக்குச் சரியான விளக்கம் எழுதினாலே போதும். 1330 குறளுக்கும் எதற்கு உரை என்கிற கருத்தைக் கூறினார். அக் கருத்தைப் பாவேந்தரிடம் உதவியாளர் கூறி விட்டார். பாவேந்தர் அக் கருத்தை ஏற்று இறுதிவரை அவருடைய திருக்குறள் உரையை வெளியிடவே இல்லை. பாவேந்தர் முதல் 85 குறட் பாக்களுக்கு மட்டுமே உரையெழுதி இருந்தார். பாவலரேறுவின் கருத்தால் உரையெழுதும் பணியை இடைநிறுத்தம் செய்து கொண்டார். இதில் புலப்படும் மற்றொரு யாராயினும் அவ ருடைய செயலில் குறை ஏற்படின் துணிந்து வெளிப்படுத்தும் பாவலரேறுவின் நடுநிலையும் வியப்பளிக்கிறது. எனினும் பாவேந்தரின் ஆக்கங்களையெல்லாம் தேடியெடுத்துப் பதிப் பித்து வரும் முனைவர் ச.சு. இராமர் இளங்கோ அவர்கள் பாவேந்தர் எழுதிய திருக்குறள் உரையை பாரதிதாசன் திருக் குறள் உரை (ஆய்வும் பதிப்பும்) என்னும் தலைப்பில் 1992 ஆம் நூலாக வெளியிட்டுள்ளார்.

பாவாணர்

தம் வாழ்நாள் முழுவதும் தமிழாய்வு, தனித்தமிழ்ச் சொற்கள், சொல்லாய்வு, தமிழின் தொன்மை, மொழியின் உண்மைத்

தன்மைகளை நிறுவுதல் என ஆய்வுத் தளத்திலேயே தம் வாழ்நாளின் இறுதி நொடி வரை வாழ்ந்த மொழிஞாயிறு பாவாணர் அவர்களைத் தம்முடைய ஆசிரியராகவும், நண்பராகவும், எல்லாமு மாக எண்ணி அவர்களுடன் நட்புப் பாராட்டினார் பாவலரேறு.

பாவாணர் குறித்து அமைந்துள்ள மொழிஞாயிறு பாவாணர் எனும் நூல் 36 தலைப்புகளில் பாவாணரை நேர்த்தியாக உணர்த்து கிறது.

பளபளப்பான கருத்த முகம். ஒளி நிரம்பி வழியும் கூரிய விழிகள், அகன்று ஏறிய நெற்றி, அடர்த்துச் சிலிர்க்கும் அரிமா மீசை, ஏக்கழுத்து, பீடுநடை, பெருமிதமான உடை, அறிவு தெறிக்கும் கணீரென்ற பேச்சு குழந்தை உள்ளம் - இவற்றின் மொத்த உருவம் பாவாணர் என்று மனத்திற்குப் பிடித்தமான காதலியை வண்ணிப்பதைப் போன்று வண்ணிக்கிறார்.

தமிழனின் சரிவுக்கு இரண்டு காரணங்களைக் கூறுகிறார் 1. தமிழனின் குமுகாயச் சரிவு. 2. தமிழனின் மொழிச் சரிவு. முதல் சரிவைச் சரிகட்டியவர் பெரியார் என்றும், இரண்டாம் சரிவைச் சரி செய்ய முயன்றவர் மறைமலை அடிகளார் என்கிறார். எனினும் மறைமலையடிகளார் விட்டுச் சென்றதின் தொடர்ச்சியாகப் பாவாணர் அம் முயற்சியை மேற்கொண்டார். 'தமிழ்மொழி ஆய்விலேயே ஐம்பதாண்டுகள் மூழ்கித் திளைத்த இப்படிப் பட்ட பேரறிஞர் ஒருவரைத் தமிழகம் இந் நாள்வரை கண்டதே இல்லை (*ப.* 9) என்கிறார் பாவலரேறு.

இந் நூலில் பாவாணருடன் தமக்கிருந்த நட்பை அழகாகப் பதிவு செய்துள்ளார். பாவாணருக்கு அண்ணாமலைப் பல்கலைக் கழகத்தில் அவருக்கு உண்டான நெருக்கடிகளையும் இழி செயல் களையும், ஆரியத்தை - வடமொழியைப் பற்றி எந்தக் கருத்தை யும் கூறாமலிருக்கும்படி அதிகாரிகள் தடையாணை இட்டதை பொருட்படுத்தாமல், 'அப்படி என் கருத்தை இருட்டடிப்புச் செய்துகொண்டு நான் மானத்தோடு உயிர் வாழ முடியாது என்று கூறி, நடுவணரசு அளிக்கவிருந்த தொகையையும், பல்கலைக் கழக ஊதியத்தையும் இழந்ததையும் பதிவு செய்துள்ளார்.

பல்கலைக்கழகத்திலிருந்து பாவாணர் வெளியேற்றப்பட இருந்த சூழ்நிலையை அறிந்து, 'எனக்கு வறுமை உண்டு.

மனைவி உண்டு. மக்களும் உண்டு. அதோடு மானமும் உண்டு' என்று பெருமிதமாகப் பல்கலைக்கழகத்திலிருந்து வெளியேறிய வரலாற்றுச் செய்தியும் காணப்படுகிறது.

பாவாணரின் அறிவூற்றைப் பயன் கொள்ள கருதி 'பாவாணர் பொருட்கொடைத் திட்டம்' என்னும் அரிய திட்டத்தைத் தம்முடைய 'தென்மொழி' இதழின் வழியாகச் செயலாக்கினார். அதன்படி அக் கால மதிப்பில் ரூபாய் 2,210.54 காசுகளைத் தென்மொழி அன்பர்களிடமிருந்து பெற்று பாவாணர் அவர்களின் பணிக்காக அளித்தார்.

தமிழின் வரலாற்றை அதன் மேன்மையை உணர்த்த வல்ல ஓர் அகரமுதலியை உருவாக்க எண்ணி அன்றைய தமிழ்நாட்டு அரசிடம் திட்ட வடிவத்தை அளித்தார். ஆனால் அன்றைய அரசும் ஆட்சியாளர்களும் அத் திட்டத்தைக் கிடப்பில் போட்டு விட்டனர். எனினும், தமிழுக்கு ஓர் உயர்வை அளிக்கும் திருப்பணி என்பதனால் அதை எவ்வாறாயினும் நிறைவேற்றியே ஆக வேண்டுமென்ற உறுதி பூண்டார் பாவலரேறு.

''இவ்வகர முதலிக்குப் பின்றான் தமிழ் உலகமெலாம் பரவித் தழைத்தோங்கும் நிலையைப் பெறும். ஒரு சோற்றுப் பதமாய் இதன் சிறப்பைக் கூறவேண்டுமானால், இதிற் காட்டப் பெறும் சொற்கள் அனைத்தும் தூய தனித்தமிழ் சொற்களாகவும், இதிற் காட்டப் பெறாதவை அனைத்தும் பிற மொழிச் சொற் களாகவுமே இருக்குமெனக் கருதிக் கொள்ளலாம். எனவே இப்பேரகரமுதலி தமிழ் மொழிக்கு எல்லா வகையாலும் அரண் சேர்க்கும் ஒன்றாக அமையும் என்பதையும், தமிழின் பெருமைக் கும் நிலைப்புக்கும் இஃது இன்றியமையாதது என்பதையும் தெற் றெனத் தெளிந்து கொள்க'' என்று அத்திட்டத்தின் மேன்மையை விளக்கியதோடல்லாமல் அத் திட்டத்தை நிறைவேற்றிட வேண்டு மென்ற முடிவுக்கு வந்தார்.

அத் திட்டத்தை நிறைவேற்றுவதற்கு முழுமுதற் தகுதி படைத்த பாவாணர் அவர்களுக்கு இத்திட்டத்தை நிறைவேற்ற அக்கால மதிப்பில் 1 இலக்கம் ரூபாய் தேவையாக இருந்தது. ஆனால் எவரும் இத்திட்டத்தை நிறைவேற்றுவதற்குரிய தொகையை அளிப்பதற்குத் தயாராக இல்லை. வேறுவழியின்றி பாவலரேறு இத்திட்டத்தைச் செயல்படுத்துவதற்கான முயற்சி

யில் இறங்கினார். பாவாணரின் முதுமையைக் கவனத்தில் கொண்டும், இவர் கடந்து போயின் இப்பணியை ஆற்ற வல்லார் எவருமிலர் என்கிற கருத்தின் அடிப்படையில், அரசை நம்பி பயனில்லை என்பதனாலும், 'மொழிஞாயிறு தேவநேயப் பாவாணரின் செந்தமிழ்ச் சொற்பிறப்பியல் பேரகரமுதலி உரு வாக்க வெளியீட்டுத் திட்டம் என்னும் திட்டத்தைத் தென் மொழியில், 1971ஆம் ஆண்டு (*தென்மொழி சுவடி 7இல்*) வெளியிட்டார். அத் திட்டத்தில் சேரும் அன்பர்கள் மாதம் ரூபாய் 10 வீதம் ஐந்து ஆண்டுகளுக்கு அனுப்பித்தர வேண்டு மென்று அறிவிப்பு செய்திருந்தார். அதன் பயன் பல தென் மொழி அன்பர்கள் அத்திட்டத்தில் பங்காளர்களாக இணைந்து செந்தமிழ்ச் சொற்பிறப்பியல் பேரகரமுதலித் திட்டம் உருவானது.

பாவலரேறுவின் இம்முயற்சியை அறிந்த பாவாணரின் மகிழ்ச்சிக்கு அளவே இல்லை. "இது இறைவன் ஏற்பாடென்றும், வல்லலான் வகுத்த வழி என்றும் கூறித், 'தென்மொழித் திட்டத் தேவநேயன் செந்தமிழ்ச் சொற்பிறப்பியல் அகர முதலி' என்ற பெயர் சூட்டி அறிவித்துப் பணிகளைத் தொடங்கினார்" (*மொழிஞாயிறு பாவாணர் நூற்றாண்டு விழா மலர், 2012, ப.* 15)

இந்தத் திட்டத்தினைப் பாவாணரால் முழுமையாகச் செயல்படுத்தி முடிக்க இயலவில்லை. இத் திட்டத்தைப் பின்னாளில் தமிழக அரசு செயல்படுத்திட இசைந்தது. அது பல்வேறு மடலங்கள், அயற்சொல் மடலமும் வெளியிட்டுத் தொடர்ந்து செயலாற்றி வருகிறது. இந்தத் திட்டத்தின் ஆணி வேர் பாவலரேறு ஆவார். இத் திட்டத்தின் வழியாய்த் தமக்கு எள் முனையளவும் பணப் பயனில்லை என்ற போதும் தமிழின் நலம். தமிழின் மேன்மை கருதி திட்டத்தைச் செயல்படுத்தினார். தமிழுக்கு உயர்வளிக்கும் பணி எதுவாயினும் அதை விரைந்து முடிக்கும் பேரவா கொண்டவர் பாவலரேறு என்பதற்கு இது ஒரு சான்றாகும்.

பாவாணரை மக்கள் மன்றத்தில் கொண்டு சேர்க்கப் பாவலரேறு தொடர்ந்து செயலாற்றினார். அவர்தம் அறிவைப் பல வகையாலும் மக்களிடம் கொண்டு சேர்த்ததில் பாவலரேறுவும் தென்மொழியும் ஓர் இயக்கமாகவே செயல்பட்டனர். மொழி ஞாயிறு, புலமைக் கடல், மொழியியல் ஞாயிறு, தனித் தமிழ்

அரிமா, தமிழ்மா வேந்தன், மொழி மூதறிஞர், சொல்லியல் வல்லுநர், தமிழ்ப் பேராசான் மொழிப் பேரறிஞர் எனப் பல்வேறு பொருத்தமுடைய புகழ்ப் பெயர்களால் பாவாணருக்குச் சிறப்பு அளித்தார்.

விளைவிக்கும் தொழிலே வாழ்வாகித்
தோட்கும் துண்டைப் போர்த்தாமல் - ஒருப
துறவியைப் போலும் மனங்கொண்டே
நாட்கும் மணிக்கும் உழைப்பெடுத்தாய் - யாம்
நலிந்தோம் மெலிந்தோம் செந்தமிழை
மீட்கும் முயல்வில் பாவாண - நீ
மீளாத் துயில்காண் போழ்தினிலே (1981)

என்று பாவாணர் மறைந்தபோது பாவாணர் இரங்கல் பதிகம் என்னும் தலைப்பில் பாவலரேறு எழுதிய இரங்கல் பா தம் ஆசிரியரிடத்தில் அவர் கொண்டிருந்த அன்பின் - பெரு மதிப் பின் ஆழத்தை வெளிப்படுத்தியது.

பெரியார்

பெரியார் என்னும் தலைப்பில் அமைந்த நூலும் பாவேந்தர் பாரதிதாசன், பாவாணர் நூல்களைப்போன்று பல்வேறு கால கட்டங்களில் பாவலரேறு அவர்களால் எழுதப்பட்டுப் பின்னாளில் (2006) நூல் வடிவம் பெற்ற தொகுப்பாகும். பாவலரேறுவிற்குப் பாரதிதாசன், பாவாணர் ஆகியோருடன் இருந்ததைப் போன்ற நேரடித் தொடர்பு பெரியாருடன் அமையவில்லை. பாவாணரின் ஆராய்ச்சி மீதும் பாவேந்தரின் தமிழ் உணர்வூட்டும் பாடல்களின் மீதும் ஆழ்ந்த ஈடுபாடும் பெருமதிப்பும் இருந்ததைப் போன்று பெரியாரின் சமூக மேம்பாட்டுக் கொள்கையின் மீது அவர் அளப்பரிய மதிப்பு கொண்டிருந்தார்.

தொல்குடிமை கட்டழித்த
ஆரியத்தை அடித்துமிதித்துப்
பட்டமும் பதவியும் பரவலும் நாடாது
பழமை கடிந்து பாழ்மை புலங்காட்டி
மருளும் இருளும் மறுமையும் போக்கி
புதுமைப் பொலிவித்துப் பொதுமை தழைவிக்கும்
அரியா ராகலி னவரே
பெரியா ரென்றும் பெயரி யோரே (*நூறாசிரியம்* 24)

என்ற வரிகள் பாவலரேறு பெரியாரின் தொண்டினைப் போற்றிய தற்கு அமையும் சான்றுகளில் ஒன்றாகும்.

'பெரியார் ஒரு கட்சியின் தலைவரல்லர். ஓர் இனத்தின் தலைவர். ஒரு காலத்தின் தலைவர். ஒரு வரலாற்றின் நாயகர். அவர் தோன்றியிருக்கவில்லையாயின் ஓர் இனத்தின் அடிமை வரலாறே முற்றுப் பெற்றிருக்காது. ஒரு நாட்டின்மேல் போர்த்திக் கிடந்த இருள் விலகியிருக்காது. தமிழனின் தலை எழுத்தே மாற்றப் பெற்றிருக்காது. இனம் தன்மானமற்று ஆரியச் சேற்றில் மேலும் மேலும் அழுந்திக் கதி கலங்கிப் போயிருக்கும். ஏறத்தாழ மூவாயிரமாண்டுக்கால வரலாற்றை மாற்றியமைத்த பெருமை யில் முழுப்பங்கும் பெரியாருக்குண்டு' (*பெரியார்*, ப. 22) என்று பெரியாரின் சமூகப் போராட்டத்தின் வீரியத்தை உள்ளவாறே போற்றுகின்றார்.

பெரியார் பேச்சுகளையும் - களமாடிய முறைகளையும் - நேருக்குநேர் நின்று சமூக அவலங்களை எதிர்த்த வகைகளையும் - ஆரியத்தின் அடக்குமுறைகளை ஒடுக்க அவர் கையாண்ட போராட்ட வடிவங்களையும் வியந்து பேசுகிறார் பாவலரேறு.

சமூக அவலமான சாதியை எதிர்ப்பதில் பாவலரேறு கொண்டிருந்த கோபமும் அக்கறையும் அவருடைய 'சாதியொழிப்பு' என்னும் நூலில் தெளிவாக வெளிப்படுகின்றது. 'சாதிக் கிறுக்கர்' என்னும் தலைப்பில் சாதி ஆழ வேரூன்றியதற்கான இயற்கைக் காரணங்கள் 3. செயற்கைக் காரணங்கள் - 10, சாதியை இச் சமூகத்திலிருந்து ஒழிக்கும் வழிமுறைகள் - 10 எனப் பாவலரேறு இயங்கிய வகையின் காரணமாகப் பெரியாரைப் போற்றியதில் பெரும் வியப்பேதுமில்லை.

தமிழை எதிர்த்துப் பேசுபவர்கள் யாராயினும் அவர்களை எதிர்க்கத் தயங்காதவர் பாவலரேறு. 'இன எழுச்சி' என்னும் கருத்துகளின் அடிப்படையில் தொகுக்கப்பட்டுள்ள கனிச்சாறு தொகுதி - 2இல் உள்ள பல்வேறு பாடல்கள் தமிழ்ப் பகை புரியும் தமிழர்களை ஒறுத்துப் பாடியுள்ளவையாகும். அதனைப் போன்றே 'தமிழ் ஒரு காட்டுமிராண்டி மொழி, தமிழைப் படிப்பதால் பயன் ஒன்றுமில்லை. தமிழில் இதுவரை நல்ல நூல்கள் வெளிவரவில்லை' என்பன போன்ற கருத்துகளை மக்கள் மன்றங்களில் பேசிய பெரியாரை வெளிப்படையாக

எதிர்த்தார் பாவலரேறு. எந்தப் பெரியாரை தம் மதிப்புமிக்க தலைவராகக் கருதிப் போற்றினாரோ, அதே தலைவரைத் தமிழுக்கு எதிரான கருத்தைக் கூறியதால் தயங்காமல் தம் கருத்தால், எழுத்தால் எதிர்த்தார்.

"இவர் ஓர் அரசியல்காரர் அல்லது குமுகாயச் சீர்திருத்தக் காரராக இருக்கலாம். ஒரு மொழிப் பேராசிரியராகவோ, வரலாற்றுப் பேராசிரியராகவோ, மக்களியல் பேராசிரியராகவோ ஆகி விட முடியாது. அவர் கூறியிருக்கின்ற தமிழைப் பற்றிய கருத்துகள் தம்மை ஒரு மொழிப் பேராசிரியராக எண்ணிக் கொண்டு கூறிய கருத்துகளாகும். எனவே அவை அவருக்குத் தொடர்பு இல்லாத கருத்துகளே என்று கருதி விடுக்கவும். எவரும் அது பற்றி கவலைப்பட வேண்டியதில்லை. இவர் அரசியலைப் பொறுத்த வரையில் ஓர் இலெனினாக இருக்கலாம். குமுகாவியலைப் பொறுத்தவரையில் ஒரு கமால் பாட்சாவாக இருக்கலாம். சீர்திருத்தத்தைப் பொறுத்தவரைப் பெரியாராகவும் இருக்கலாம். ஆனால் மொழித்துறையைப் பொறுத்தவரை இவர் வெறும் இராமசாமிதான்" (*பெரியார்*, ப. 37) என்று தமிழின் குறிக்கத் தக்கப் பகைவராகத் தந்தை பெரியாரை நேர் நின்று எதிர்த்தவர் பாவலரேறு. எவ்வாறு பாரதியார்க்குக் கவி புனையும் ஆற்றல் மிக்கிருந்தும் தமிழ் உணர்வற்றிருந்தமையால் அவரைப் புறந் தள்ளினாரோ அவ்வாறே பெரியாரும் தமிழ் மொழியின் மீது பற்றில்லாதிருந்தமையால் தமிழ் தொடர்பான அவருடைய கருத்தின் மீதும் பெரும் ஈடுபாடு காட்டவில்லை.

தமிழ்மொழிக்கு எதிரான கருத்துகளை வெளியிட்ட பெரியாரை எதிர்க்கத் தயங்காத பாவலரேறு. பெரியார் மறைந்த பொழுது 'பெரியார் இழப்பு இந்த இடைக்காலத்திற்கு மட்டும் அன்று, இவ்விடையூழிக்கே நேர்ந்த பேரிழப்பாகும். அவரின் மறைவால் தமிழர் முன்னேற்றத்தில் மேலும் ஓரிரண்டு நூற்றாண்டுப் பின்தள்ளிப் போனது என்று சொன்னாலும் தவறு இல்லை. அத்தகைய ஈடு செய்ய முடியாத இன இழப்பாகும். தந்தை பெரியாரின் இழப்பு (*பெரியார்*, ப. 62) என்று பெரியாரின் தொண்டிற்குப் பெருமதிப்பு அளிக்கும் வண்ணம் கூறிய கருத்து, பாவலரேறுவின் நேர்மை நெஞ்சினைப் புலப்படுத்துகிறது.

8. பாவலரேறுவின் நடை

பாவலரேறுவிற்கு வாய்த்த பல்வேறு சிறப்புகளில் குறிக்கத் தக்கதாக, தமிழிலுள்ள அனைத்து பா வடிவங்களிலும் இலக்கியப் படைப்பை மேற்கொண்டதைக் குறிக்கலாம். ஏனெனில் சங்கப் புலவர் தொடங்கி, இக்காலப் புலவர்கள் யாவரையும் கூர்ந்து ஆயும்போது ஒரு சிலரே ஒன்றுக்கும் மேற்பட்ட பா வகையைத் தம்முடைய படைப்புக்குகந்தனவாகக் கண்டு பயன்படுத்தியுள்ளனர். ஆனால் பாவலரேறு தாம் படைக்கத் தேர்ந்தெடுத்த கருவினுக்கு ஏற்றவாறு பா வடிவத்தையும் தேர்ந்துகொண்டார். பா வடிவத்தை அறிந்திருத்தல் என்பது வேறு; அதில் படைத்தல் என்பது வேறு. அனைத்துப் பா வடிவத்திலும் தேர்ந்த புலமை யாளராக இவர் விளங்கியிருத்தலை அறிய முடிகின்றது.

பாவலரேறுவின் எழுத்து நடையை மூன்று நிலைகளில் அடக்கலாம். 1. எளிய நடை, 2. பழந்தமிழ் நடை, 3. தனித் தமிழ் நடை.

எளிய நடை

கடினமான நடையிலும் மிக மிக எளிய நடையிலும் இவருடைய இலக்கியப் படைப்பு அமைந்திருப்பது வியத்தற்குரியது ஆகும். கனிச்சாறு 4 - ஐ இதற்குரிய சான்றாகக் கூறலாம். ஏனெனில் இளைய தலைமுறையினர்க்காக எழுதப்பட்ட இப் பாடல்களில் கடினமான மொழி நடையோ, பொருள் விளங்காத சொற்களோ இடம் பெறவில்லை. மாறாகப், படிக்கத் தெரிந்தால் எளிதாக விளங்கிக் கொள்ளும் தன்மையில் அமையப் பெற்ற பாடல்கள் அவை. சிறுசிறு எளிய சொற்கள் ஓசைநயத்துடன் அமையப் பெற்ற பாடல்களை நோக்கும்போது பாவலரேறுவின் இன்னொரு பிம்பம் வெளிப்படுகிறது. தம்முடைய இளவயதில் சங்கப் புலவர்களை ஒத்து பாவியம் இயற்றிய பாவலரேறுவிடம் இருந்து வயது கூடிய நிலையில் மிக எளிய முறையில் இலக் கியம் வெளிப்படுவதை வியக்கத்தான் தோன்றுகிறது. கற்பனை ஊற்று என்னும் இவருடைய நூல் மொழி நடையின் வேறு பட்ட தளத்தில் பயணித்தது.

பழந்தமிழ் நடை

மேலே சொல்லப்பட்ட நடைக்கு முற்றிலும் நேரெதிர்த் தன்மையைக் கொண்டது பழந்தமிழ் நடை. இவருடைய 'நூறா சிரியம்' என்னும் நூல் சங்கப் புலவர் பெரிதும் பயன்படுத்திய ஆசிரியப்பாவினால் ஆனது. தமிழில் நன்கு புலமை வாய்ந் தோரே பொருளுணர்வதற்குச் சற்றுத் தடுமாற்றம் ஏற்படுத்தும் தன்மையில் அமைந்த படைப்பாகும்.

ஒரு பாவினத்தில் குறிப்பிட்ட அளவோடு நிறுத்திக் கொள்ளாமல் அவற்றின் கிளை வடிவங்களாகக் காணப்படு கின்ற உட்பிரிவு வடிவங்களிலும் இவருடைய பாடல்கள் இலக் கியங்கள் அமைந்திருப்பது இவருடைய நடையின் வலிமையே அன்றி வேறில்லை.

"பெருஞ்சித்திரனார் ஆசிரியப்பா வகையையே மிகுதியாக பயன்படுத்தியுள்ளார். அவற்றுள் குறிப்பாக, நேரிசை ஆசிரியப்பா வடிவில் அதிக பாடல்களைப் படைத்துள்ளார். நிலை மண்டில ஆசிரியப்பா, இணைக்குறள் ஆசிரியப்பா, அடிமறிமண்டில ஆசிரியப்பா எனும் வடிவங்களில் குறைந்த அளவிலான பாக்களைப் பயன்படுத்தித் தமது கருத்தை நிலைநிறுத்தியுள்ளார். (ஜெ. மதிவேந்தன், *பாவலரேறு பெருஞ்சித்திரனார் பாடல்களில் யாப்பமைதி,* ப. 85) பெரும்பாலும் தமிழ்ப் புலவர்கள் பயன்படுத்தாத வஞ்சிப் பாவினத்திலும் 'மகபுகு வஞ்சி' என்னும் இலக்கியப் படைப்பை மேற்கொண்டமையும் சுட்டுதற்குரியது.

இவையன்றி வெண்பா வடிவினத்தையும், அவற்றுள் குறள் வெண்பா (*பாட்டுப் பத்து, முத்தமிழ் முப்பது*) வடிவில் படைத்துள்ளார். நேரிசை வெண்பா, இன்னிசை வெண்பாவி னால் இயற்றப்பட்ட பாடல்களைக் 'கனிச் சாற்றில்' பரவலாகக் காணமுடிகிறது. தூது, உலா போன்ற சிற்றிலக்கியங்களில் பயன் படுத்த 'கலிவெண்பா' வடிவத்தையும் தம்முடைய இலக்கிய ஆக்கத்திற்குப் பயன்படுத்திக் கொண்டார் பாவலரேறு. கலிப்பா, கொச்சகக் கலிப்பா, கட்டளைக் கலிப்பா, வெண் கலிப்பா என்ற பா வடிவங்களிலும் தம் பாடல்களை இவர் படைத்துள்ளார்.

தனித் தமிழ் நடை

எளிய நடையிலும், பழந்தமிழிலும் இருவேறு உச்சங் களைத் தொட்ட பாவலரேறு, தம்முடைய தனித்தமிழ் நடை

யின் வழியேயும் சிறந்து விளங்கினார். தொடக்கக் காலத்தில் தாம் இயற்றிய பாவியமான கொய்யாக்கனியில் சில வட மொழிச் சொற்களைக் கலந்து எழுதியிருந்தார். ஆயினும் அதற்குப் பிறகு இவரியற்றிய இலக்கியங்களில் வட சொற்களும் பிற மொழிச் சொற்களும் உட்புகா வண்ணம் தம்முடைய இலக்கிய அமைவைக் காத்துக் கொண்டார். மேலும், பழஞ்சொற்களைப் புதுக்கிப் பயன்படுத்துவதில் பேரவாவுடனும், பிறமொழிச் சொற்களுக்கு ஈடான தனித்தமிழ்ச் சொற்களை உருவாக்குவதிலும் இலக்கியத்தில் எடுத்தாள்வதிலும் விருப்புடன் செயல்பட்டார். பொதுவாக ஒரு படைப்பாளன் தம் படைப்புக்கு உகந்த சொற்களைத் தேர்ந்தெடுத்துப் பயன்படுத்துவானேயாகில் அவனுடைய இலக்கியப் படைப்பின் சரிபாதி வெற்றியை ஈட்டி விட்டான் எனலாம். ஆனால் பாவலரேறு தம்முடைய படைப்பினுக்கேற்ற நடையை, பாவினத்தைத் தேர்ந்தெடுப்பதில் கவனமுடன் செயல்பட்டுள்ளார். தனித்தமிழ் நடையில் தாம் எழுதியதோடன்றித் தனித்தமிழை முன்னெடுப்பதில் தீவிரத் தன்மையுடன் விளங்கினார். பாடல்கள், ஆசிரியர் உரை, ஆய்வுக் கட்டுரை, உரைநடை, சிறுவர் இலக்கியம், தன் முன்னேற்ற நூல்கள் என வேறுபட்ட இலக்கிய வடிவங்களிலும் இவருடைய தனித்தமிழ் நடை கெடாவண்ணம் கட்டமைத்துக் கொண்டார். இவருடைய சீரிய ஆய்வான திருக்குறள் மெய்ப் பொருளுரை பயனற்ற சொற்களும் புனைந்துரைகளும் மிகைப் படுத்தலும் ஏதுமில்லாத சான்றுகளின்பாற் பட்டதாக மிளிர்கின் றது. பாவேந்தர் தம்முடைய நடையில் எளிமையையும் இயல்பான சொற்களையும் மிகுதியாகக் கையாண்டார். கருத்துகளும் எளிதிற் புலப்படுமாறு அமைந்தன. பெருஞ்சித்திரனாரின் நடையில் புதுச் சொற்களின் பயன்பாடு மிகுந்திருந்தன. பழஞ்சொற்களைப் புதுக்கிக் கையாளும் இயல்பும் மிக்கிருந்தது. தமிழ் மேன்மைக் காக எண்ணற்றப் பாடல்களை இவர் பாடியிருந்தாலும் ஒவ் வொன்றிலும் வேறுவேறு சொற்களின் கோர்வைகள் நிரம்பி உள்ளன. ஆக இவருடைய இலக்கியங்கள் தனித்துவம் நிரம்பி யதைப் போன்று நடையும் தனித்துவம் மிக்கதாகக் காணப்படுகிறது

9. தனித்தமிழ் இயக்கத் தடத்தில் பாவலரேறு

இந்திய அளவில் மொழிச் சார்ந்த போராட்டங்களை முன்னெடுத்ததில் தமிழகம் தனித்து விளங்குகிறது. தமிழின் மேன்மைகளையெல்லாம் தமதாக்கிக் கொள்ளும் முனைப்பும் அதனுடன் வடமொழியைக் கலந்து பேசி எழுதி அதன் தனித் தன்மையைக் குலைக்கும் வகையில் மொழிக் கலப்புநிலை எங்கும் பரவியிருந்தது. அவ்வாறான கலப்பு நிலையே உயர்ந்ததென நம்பப்பட்டுப் பரப்பப்பட்டும் வந்தன. தனித்தியங்கக் கூடிய ஆற்றல் கொண்டிருந்த தமிழில் கலப்பு என்பது இயல்பாக நடந்தவை அன்று. அது திட்டம் இடப்பட்டு நிகழ்த்தப்பட்டவை ஆகும்.

காலந்தோறும் இத்தகைய மொழிக்கலப்பு நடந்தேறியது. நாளடைவில் எது மூலமொழி எது கடன் வாங்கியது என்கிற மயக்கநிலை ஏற்பட்டது. "தமிழ்மொழியோடு வடசொற்களைப் பெய்து எழுதுவதால் வடமொழியான சமக்கிருதத்தின் துணை யின்றித் தமிழ் இயங்காது என்பது வலியுறுத்தம் பெறல் வேண்டும் என்று இவர் கொள்கையாகவிருக்கலாம். இவர் இதனை ஒரு கொள்கையாக வலிந்தே கையாண்டுள்ளார் (*ஆரியப் பார்ப்பனர்களின் அளவிறந்த கொட்டங்கள்*, ப. 47) என்று தமிழ்த் தாத்தா என்றழைக்கப்பட்ட உ.வே.சா. அவர்கள் தமிழ் மொழியில் வடமொழியை வலிந்து கலக்கிவிட மேற்கொண்ட செயல்களைக் குறிக்கின்றார் பாவலரேறு. தமிழுக்குக் காணப் படும் பல்வேறு சிறப்புகளில் தனித்தியங்கும் ஆற்றல் குறிக்கத் தக்கதாகும். அவ்வாறான கருத்தை முன்வைத்ததில் மொழியறிஞர் இராபர்ட் கால்டுவெல் முதன்மையானவர் ஆவார். இவர் தம்முடைய திராவிட அல்லது தென்னிந்திய மொழிக் குடும்பத் தின் ஒப்பிலக்கணம் (1856) என்னும் தலைப்பிலமைந்த ஆய்வு நூல் தனித்தமிழின் ஆற்றல் உலகோரறிய வித்திட்ட நூலாகும். இவர் மட்டுமின்றி எண்ணற்ற அயல்நாட்டு அறிஞர்கள், தமிழ் நாட்டுத் தமிழறிஞர்கள் ஆகியோர் தமிழின் இயங்கு நிலை,

அதன் மேன்மை இன்னபிறவற்றை உலகோர் மனங்கொள்ளத் தக்க ஆய்வுத் திறத்துடன் வெளிப்படுத்தினர். தமிழ் தனித்தியங்க வல்லது என்பதை நிறுவினர். ஆயினும் முன்னிலும் வீரியமாக எங்கும் நீக்கமறத் தொற்று நோய் போல் பரவி வடமொழியின் பற்று யாவரிடமும் எளிதில் ஊடுருவியது.

தனித்தமிழ் இயக்கம்

பிறமொழிக் கலப்பைத் தன்னளவில் எதிர்த்து போராடிய அறிஞர்கள் பின்னாளில் இதற்கு இயக்கம் கட்டியெழுப்ப வேண்டிய தேவை ஏற்பட்டது. இந்த இயக்கத்தின் தேவை இரு நிலைகளை உள்ளடக்கி எழுந்தது. 1. அவரவர் தனிநிலையில் வடமொழிப் பயன்பாடு இருந்த நிலை மாறி அரசுகள் அம் மொழி சார்ந்த முன்னெடுப்புகளைச் செயல்படுத்தும் போது அவற்றை எதிர்க்க இயக்கம் சார்ந்த முன்னெடுப்பு தேவையாய் இருந்தது. 2. வடமொழி உயர்வெனக் கருதி அதற்கு அளிக்கப் பட்ட தகுதியும் தமிழின் வீழ்ச்சியும் தனித்தமிழ் இயக்கம் கால்கோளடைய வழிவகுத்தது. மொழியின் வீழ்ச்சி இன வீழ்ச்சிக்கு அடிகோலும் என்பதை நன்குணர்ந்த மறைமலையடி கள் தனித்தமிழ் சார்ந்த நடவடிக்கைக்கு இயக்கம் அமைக்கத் தலைப்பட்டுத் தொடங்கினார்.

தனித் தமிழ் வளர்ச்சிக்கென பாடுபட உருவாக்கம் அடைந்ததே தனித்தமிழ் இயக்கம் ஆகும். இந்த இயக்கம் கருத் தளவில் எவ்வளவு தெளிவுடனும் தீவிரமாகவும் இயங்கியதோ அதேபோன்று செயல்பாடுகளிலும் தெளிவும் தீவிரமும் நிரம்பி இருந்தன. மறைமலையடிகள், பாவாணர், பரிதிமாற் கலைஞர், பாவேந்தர் பாரதிதாசன் என விரிகிறது இதற்குப் பாடுபட்டவர் பட்டியல்.

மறைமலையடிகள் அமைத்துக்கொடுத்த தனித்தமிழ் வழித் தடத்தை விட்டுவிடாமல் தொடர்ந்ததில் பாவலரேறுவின் பங்கு அளப்பரியது.

இந்தித் திணிப்பை எதிர்த்த தனித்தமிழ் உணர்வு

தனித்தமிழ் இயக்கம் தொடக்கக் காலத்தின் போக்குகள் வடமொழி எதிர்ப்பாக இருந்தன. அதுவும் புலமைசார் இயங்கு

நிலைப் போராட்ட வடிவில் அமைந்திருந்தன. நூல்களில் வட மொழிச் சொற்கள் இடம்பெறாவகையில் தனித்தமிழ் இயக்கத் தாரின் செயல்பாடுகள் அமைந்திருந்தன. ஆனால் சில கால நீட்சிக்குப்பின் வடமொழியின் மேலாளுமை இடத்தை இந்தி மொழி இட்டு நிரப்பியது. இந்தியைத் தமிழகத்தின் அனைத்துப் பகுதிகளிலும் நீக்கமற இடம்பெறச் செய்யவேண்டுமென்ற பேரவா அரசியலாளர்களின் எண்ணத்திலும் செயலிலும் ஆழ மாகப் பதிந்திருந்தது. வடமொழி வல்லாளுமை எத்துணையளவு பரவியிருந்ததோ அதனைவிடவும் இந்தி வல்லாளுமை வலு வுடன் காணப்பட்டது. தனித்தமிழ் இயக்கத்தின் பிற்பாதி நடுவண் ஆட்சியாளர்களின் இந்தித்திணிப்பை எதிர்த்தும் அதற்குத் துணை நின்ற மாநில ஆட்சியாளர்களின் இழிவான போக்கினை எதிர்த்தும் நிற்க வேண்டிய கடுமையான நிலைக்கும் ஆட்பட்டது.

தனித்தமிழ் இயக்க வழித்தடத்தில் சோர்விலாது நடை யிட்ட வடிவத்தைப் பாவலரேறுவின் போராட்ட வடிவத்தை மூன்று நிலைகளில் அடக்கலாம். 1. தனித்தமிழைப் போற்றியும் வடமொழி, இந்தி போன்ற பிறமொழி மேலாளுமையை எதிர்த் தும் எழுதுதல் என எழுத்துகளின் வாயிலாகப் போராடுவது. 2. தம்முடைய தனித்தமிழ்ச் சார்புக் கருத்துகளை வீரியமிக்கப் பேச்சாற்றலின் வழியே மக்களிடையே கொண்டுசேர்த்தல். 3. தமிழுக்குச் சார்பாகவும், வடமொழி, இந்தித் திணிப்பிற்கு எதிராகவும் போராட்டக் களத்தில் நின்றெதிர்த்தல் என்கிற மூன்று நிலைகளில் தம்முடைய போராட்ட வடிவங்களை அமைத்துக் கொண்டார். எனவே தனித்தமிழ் இயக்க வரலாற்றில் களமாடிய பாவலரேறுவின் செயற்பாட்டை எழுத்துப் போராளி, கருத்துப் போராளி, களப் போராளி எனும் மூன்று நிலைகளில் விளங்கிக் கொள்ள முடிகிறது. தனித்தமிழ் இயக்கப் போராளி களிலும், அந்த இயக்க வழித் தோன்றல்களின் வரிசையிலும் தனித்து விளங்கியவர் பாவலரேறு ஆவார். தனித்தமிழ் இயக்கப் போராளிகள் எழுத்து வழி மிகுதியாகவும், பேச்சுகளின் வழி நடு அளவினதாகவும், போராட்டக் களத்தில் குறைவாகவும் போராடி னார்கள். ஆனால் பாவலரேறு இம் மூன்று போராட்ட வடிவங் களிலும் வீரியமுடன் சமநிலையில் போராடினார்.

எழுத்துப் போராளி

தம்முடைய கொள்கை, கனவு இதழான தென்மொழியைத் தனித்தமிழ்க் கொள்கையைப் பரப்புவதற்காகவே முழுமையாகப் பயன்படுத்திக் கொண்டார். தென்மொழிக்கென 7 கொள்கைகள் வகுக்கப் பெற்றன. அவ்வேழினுள் தமிழ்நாட்டுள் தமிழர்க்காக நடத்தப்பெறும் இதழ்களில், எழுதப்பெறும் நூல்களில் தூய தனித் தமிழே வழங்கப்பெற முயற்சிகள் செய்தல் என்பது ஒன்று ஆகும். எனவே எப்படிப்பட்ட வாய்ப்புகள் கிடைத்தாலும் அதனைத் தனித்தமிழ் முன்னேற்றத்திற்கான படிக்கல்லாகப் பயன்படுத்த முற்பட்டார் பாவலரேறு.

தென்மொழியில் தாம் வகுத்த கொள்கையில் இம்மி அளவும் பிசகாமல் தனித்தமிழ் வளர்ச்சியை அடைகாப்பதில் தீவிரத் தன்மையுடன் செயல்பட்டார் பாவலரேறு. அதனுள் இடம்பெறும் கட்டுரைகள், பாக்கள், படைப்புகள் யாவும் பிற மொழி கலவாத தனித்தமிழ் நடையிலமைந்தன. கருத்துகள் யாவும் மொழி, இன நலனுக்கு உகந்தனவாகவே அமைந்தன. இதில் படைப்பாளர்களாகவும், கட்டுரையாசிரியர்களாகவும் செயல் பட்டவர்கள் மொழித்தூய்மையில் சற்றும் தளராமல் வினை யாற்றுவதற்கு வினையூக்கியாகவும் உரமாகவும் தென்மொழி வலுச் சேர்த்தது. இதற்காகப் பெரும் இன்னல்களுக்கும் நெருக்கடி களுக்கும் ஆளான நிலையிலும் 'தென்மொழி' இதழைத் தனித் தமிழ் வளர்த்தெடுக்க அமைத்துக் கொண்ட வலிமையான கருவி யாக எண்ணி வாகாகப் பயன்படுத்தினார். சான்றாக, இந்தித் திணிப்பை எதிர்த்து உரிமைக் குரல் கொடுக்கத் தமிழக மக்க ளுக்கு அறைகூவல் விடுத்து, இந்தியத் தலைமை அமைச்சர் திரு. இலால்பகதூர் சாத்திரிக்கும், தமிழக முதல்வர் திரு. பக்த வச்சலத்திற்கும் கட்சிச் சார்பின்றி மடல்கள் எழுதி அனுப்பி, அக் கடிதத்தின்மூலம் மிகப் பெரிய தாக்கத்தை ஏற்படுத்தியதை அறிய முடிகிறது. தமிழிலுள்ள அனைத்துப் பாவகையிலும் செழுமையான இலக்கியப் பங்களிப்பு நிகழ்த்திய இவர், கொய்யாக்கனி தவிர்த்து வேறெந்த நூலிலோ, தம் கட்டுரை களிலோ, பாடல்களிலோ எங்கும் வடமொழியைப் பயன்படுத்த வில்லையென்பதிலிருந்து தனித்தமிழ் இயக்கத் தடத்தில் அவர் இம்மியளவும் பிசகாமல் நடையிட்ட ஈடுபாட்டை உணர முடிகிறது.

பாவலரேறுவின் எழுத்துகளையெல்லாம் ஒருங்கே நிறுத்தி பார்க்கும்போது, அவரின் எழுத்தாற்றல் வியக்க வைக்கிறது. ஏனெனில் தமிழில் காணப்பட்ட பெரும்பாலான பாவினங் களைத் தேர்ந்தெடுத்து, அவற்றின் வழியே தரமிக்க இலக்கியங் களை ஆக்கியளித்துள்ளார். எடுத்துக் கொண்ட கருத்துகளுக்கு ஈடு செய்கின்ற அதே வேளையில் எவ்வகையிலும் இலக்கண மரபு பிழைகள் நேரா வண்ணம் படைத்த திறத்தை அறிய முடிகின் றது. சில பா வகைகளுக்கு முன்னுதாரண நூல் இல்லாத நிலையில் இவருடைய நூல்கள் முன்னுதாரணமாக விளங்குகின்றன.

கருத்துப் போராளி

எழுத்தாற்றலின் வழியே மொழி வளர்ச்சிக்கென, குறிப் பாகத் தனித்தமிழ் வளர்ச்சிக்காக அயராது போராடிய பாவல ரேறு, மொழி சார்ந்த தம்முடைய கருத்துகளையும் ஏக்கங்களை யும் முழு ஆற்றலுடன் பல்வேறு நாடுகளிலும் ஒலிக்கச் செய்தார். அவ்வாறு பேசிய பேச்சுகளில் ஒன்று ''ஓ! ஓ! தமிழர்களே'' என்னும் தலைப்பில் நூல் வடிவம் பெற்றுள்ளது. இந்நூலைக் கொண்டு இவரின் கருத்துப் போராட்டம் எவ்வாறு நிகழ்ந்திருக் கும் என்பதை அறிந்து கொள்ளலாம். அந்நூலில் அயல் நாடுகளி லும் உள்நாட்டிலும் தாம் பேசிய கூட்டங்களைக் குறித்தான ஒரு பதிவைப் பட்டியலிட்டுள்ளார். அதனைத் தம்முடைய செயலுக் கான விளம்பரமாகக் கூறாமல், செய்தியாகக் கூறுகிறார்.

தமிழைப் பற்றியும், தமிழினத்தைப் பற்றியும் தமிழகத் திலே பிறந்த எவரும் அத்தனைக் கூட்டங்கள் பேசியிருக்க முடி யாது. ஐரோப்பாவிலே ஏறத்தாழ 58 கூட்டங்கள், இலங்கை யிலே ஏறத்தாழ 36 கூட்டங்கள், கிழக்கு ஆசிய நாடுகளான மலேசியா, சிங்கை நாடுகளுக்கு இரண்டு முறை சென்றுள்ளேன். ஏறத்தாழ 80 - 90 கூட்டங்கள், இங்கே, தமிழகத்திலே ஒவ்வோர் ஊரிலும் கடந்த 35 ஆண்டுகளாக எத்தனையோ நிகழ்ச்சிகள் என்று பதிவு செய்கிறார். (*ஓ! ஓ! தமிழர்களே, ப.* 39). எனவே வாய்ப்புகள் நேரும்போதெல்லாம் தனித்தமிழ் நெஞ்சினராய்த் தமிழின் நலமொன்றையே கருதி வினையாற்றியவர். தம் வாழ் நாளில் தன்னலனுக்காகப் பேசியதைவிட தமிழின் நலனுக் காகவே அதிகம் பேசியவர் எனில் மிகையன்று.

களப் போராளி

அரசியல் இயக்கங்களைச் சார்ந்து தம்முடைய மொழி உணர்வு இல்லை என்கிறதான மனவெளிப்பாடே தனித்தமிழ் இயக்கமாகும். அது முழு மனத்துடனும் உணர்வுடனும் கட்டி எழுப்பப்பட்டு, உண்மையாகப் போராடிய இயக்கமாகும்.

பாவலரேறு மேற்கொண்ட எதிர்ப்புநிலைகள் யாவும் பிற மொழி, இன, மக்களின் மீது ஏற்பட்ட காழ்ப்புணர்வினால் அன்று. தம் மொழி இன நலத்தைப் போற்றிப் பேசுவதினாலும் ஏற்பட்டதன்று. மாறாக, தகுதி வாய்ந்த தம் மொழி, சற்றும் அதன் தகுதிக்கு அருகில் கிட்டிச் சேரமுடியாத பிற வல்லாளுமை செலுத்தும் நிலைகண்டு மனங்கொதித்தார். அந்தக் கொதிப்பு நிலையின் வெளிப்பாடுகள்தாம், எந்தெந்த வகைகளில் மொழி, இன அடிமைத்தனம் திணிக்கப்படுகின்றது என்பதைக் கண்டுணர்ந்து எதிர்த்த உணர்வாகும். இந்த எதிர்ப் புணர்வு உணர்ச்சி வேகத்தால் அமையாமல், உரிய சான்றுகளைக் காட்டி எழுப்பப்பட்டதாகும். மொழி உணர்வுடன் கலந்து விட்ட ஒன்றாகும். அதைச் சிதைப்பது அவ்வினத்தைச் சிதைப்பதற்கு ஈடாகும். இது போன்ற மொழித் திணிப்பு குடியரசான வேறெந்த நாட்டிலும் காணப்படாதது.

கண்மூடித் தனமாக இந்தியை எதிர்த்தோ, தமிழை ஆதரித்தோ பாவலரேறுவின் போராட்டங்கள் அமையவில்லை. ஏனெனில் ஒரு மொழியைப் பழித்து எழுதுவதனால் மட்டும் தன் மொழி மேன்மை அடைந்துவிட முடியாது என்பதில் அசைக்க முடியாத நம்பிக்கை வைத்திருந்தார். 300 ஆண்டுகள் ஆங்கிலேயர் ஆண்டாலும்கூட அவர்கள் இந்திய மொழிகளின் மீது இவ்வாறு அடக்கு முறையையும் கையாளவில்லை என நேர்மையுடன் பதிவு செய்கிறார்.

இந்திக்கு எதிராகப் பிற மாநிலத்திலிருந்து எழும் எதிர்ப்புக் குரலைவிட தமிழகத்தில் எழும் எதிர்ப்புக் குரல் மாறுபட்டும் மிக அழுத்தமாகவும் இருந்தது. இதற்கான அடிப்படைக் காரணம் அன்றைய காலக்கட்டத்தில் எழுந்த தனித்தமிழ் இயக்கம், இந்தித் திணிப்பு எதிர்ப்புக் குரல்களேயாகும். இதற்குரிய வித்துகளைத் தூவியவர்களுள் மறைமலையடிகள், பாவாணர், பாவேந்தர் பாரதிதாசன் என்னும் தொடர்ச்சியில் பாவலரேறுவின் பங்களிப்பும் குறிக்கத்தக்கதே.

10. தமிழீழமும் பாவலரேறுவும்

ஈழப் போராட்டக் களத்தில் பாவலரேறுவின் பங்களிப்பு குறிக்கத்தக்க ஒன்றாகும். தற்காலத்தில் ஈழப் போராட்டத்திற்கு ஆரவாக எண்ணற்ற குரல்கள் தமிழகத்தில் ஓங்கி ஒலித்தன; ஒலிக்கின்றன. ஆனால் அக்குரல்களுக்கெல்லாம் முன்னோடி யாக ஒலித்தது பாவலரேறுவின் குரலாகும். மறைந்த எம்.ஜி. இராமச்சந்திரன் அவர்கள் ஈழத்திற்கு ஆதரவான நிலைப்பாட்டைக் கொண்டிருந்தார். அவருக்குப் பிறகு தமிழக அரசு ஈழத்திற்கு எதிர்வு நிலையைப் பின்பற்றியது. அதனைப் பொருட்டாக எண்ணாமல் தன்னுடைய ஈழ ஆதரவைத் தளர்த்தாமல், முழுக் குடும்பத்துடன் முன்னிலும் வீரியமாக ஈழ ஆதரவு நிலைப் பாட்டை மேற்கொண்டார். தமிழகத்துத் தமிழர்களின் நிலையைக் கண்டு மனங்கொதித்து நொந்தாரோ அதற்கீடாகத் தமிழீழ மக்களின் வலிகளுக்காக உள்ளம் நொந்தவர். தம்முடைய முழு வலிவுடன் ஈழச் சார்புப் போராட்டத்தைப் பல்வேறு நிலை களில் முன்னெடுத்தார்.

தமிழீழ மக்களின் அவல நிலை, சிங்களவர்களின் ஆதிக்க ஒடுக்குமுறை, தமிழீழம் அமைய வேண்டியதன் தேவை, இலங் கையின் தொன்மை வரலாறு, அரசியல், நிலவியல் அமைப்பு போன்றவற்றைத் தகுந்த ஆய்வுக் குறிப்புகளுடன் தம்முடைய இதழ்களில் தொடர்ந்து எழுதியுள்ளார். தமிழீழப் போராட்டத் தின் சரியான அணுகுமுறைகளையும் போராளிகளின் வீரச் செயல்களையும் பொதுமன்றத்தில் எடுத்து வைத்தார். வரலாற் றில் இலங்கை பெற்றுள்ள இடம், ஆங்கிலேயர் வரவு அவர்கள் சென்றபின்பு நேர்ந்த குழப்பங்கள் நிலவியல் அடிப்படையில் ஏற்பட்ட மாற்றங்களை இலக்கியச் சான்றுகளுடன் இதழ்களில் இவர் எடுத்துரைத்த ஆய்வுக் கட்டுரைகள் தொகுக்கப்பட்டு தமிழ் ஈழம் என்னும் தலைப்பில் நூலாக்கம் அடைந்தது. ஈழ வரலாற்றைத் துல்லியமாக அறிவதற்கு அந்நூல் பெரிதும் உதவுகின்றது.

தொடக்க நிலையில் அறவழியில் தமிழர்கள் போராடிய தாகவும் ஆனால் சிங்களவர்கள் தொடர்ந்து இன அழித் தொழிப்பு நடவடிக்கையை மேற்கொண்டதாகவும், அதற்கு

ஏற்றவாறு 1956, 1958, 1961, 1974, 1977 ஆகிய ஆண்டு களில் மிகப் பெரிய இனக்கலவர நடவடிக்கையின் காரணமாக, அறப் போராட்டத்திலிருந்து கருவிப் போராட்டத்திற்குத் தமிழர்கள் தள்ளப்பட்டனர் என்று தமிழர்களின் நியாயத்தை எடுத்துரைத்து உள்ளார்.

தமிழர்களின் துயரங்களை மட்டுமே முதன்மைப்படுத்தி பேசுகின்றவர்களிடையே அந்நிலைக்குரிய காரணங்களையும், தமிழர்களின் கருவிப் போராட்டங்களில் பல்வேறு குழுக்கள் தோன்றி நாட்கள் செல்லச் செல்ல பின்வாங்குதல், காட்டிக் கொடுப்புகள் எனத் தமிழ்ப் போராளிகளிடையே ஏற்பட்ட எதிர் மறை விளைவுகளையும் நடுவுநிலையுடன் சுட்டினார்.

தம்முடைய தமிழீழ நிலைப்பாட்டைப் பறைசாற்றும் எண்ணற்ற பாடல்களைப் பாடினார் பாவலரேறு. கனிச்சாறு தொகுதி - 3 இல் தமிழீழம் என்னும் தலைப்பில் தொகுக்கப் பட்டுள்ள பாடல்கள் ஈழ மக்களின் இன்னல்களை விளக்கும் சான்றுகளாகும்.

காடுற்ற உழைப்பால் நீண்ட
களைப்புற்ற தமிழர்க் கங்கே
வீடற்ற தெருநாய் வாழ்க்கை!
விடிவற்று இருண்ட காட்சி!
நாடற்றும் உரிமை யற்றும்
நலமற்றும் பதவி யற்றும்
கேடுற்ற தமிழர் அங்கே
கிளையற்று வாழ்தல் கேளீர்   (*கனிச்சாறு* 3,71, *ப.* 75)

தமிழர்கள் தங்கள் ஆட்சி நிலையை இழந்ததால் அது தொடர்பான அனைத்து நிலைகளையும் படிப்படியாக இழந்து, ஆண்டிகளாய், நாடோடிகளாய், ஏதிலிகளாய் உலக முழுவதும் பிழைப்புக்காக அவர்கள் அலைந்து திரிந்து, பிற ஆளுமைக்கும், சூழ்ச்சிக்கும், அழிவுக்கும் உட்பட்டு நலிந்தும் மெலிந்தும் மறைந்தும் வருவது கண்கூடு.

இவ் வழிவு நிலைக்கெல்லாம் கண்ணுக்குக் காட்சியாய் இன்று விளங்குவது தமிழீழத்தில் இன்றுள்ள தமிழர்கள் படும் கடுங்கொடு நிலையேயாகும். அங்குத் தமிழினம் வெட்ட வெளிப்படையாக அழிபடுகிறது என்பது உலகின் அன்றாடச்

செய்திகளில் ஒன்றாக உள்ளது என்று ஈழத் தமிழர்களின் அவல நிலையை உளம் நொந்து கூறுகிறார் (*பெருஞ்சித்திரனார், ஈழ விடியல்*, ப. 15).

    ஊமைகள் பேசினர்; ஒழிந்ததிங் கடிமை!
    உன்மத்தம் தொலைந்தது; ஓய்ந்தது மிடிமை!
    ஆமைகள் எழுந்தன; ஆர்த்தன புலிகள்!
    அயலவர் ஆட்சி அகன்றது நாட்டில்
                           (*கனிச்சாறு* 3,85, ப. 95)

    நீண்ட காலம் பூண்ட அடிமையும்,
    நெடிய காலம் இழந்த உரிமையும்,
    மாண்டு மடிந்த இருளொடு மாய்ந்தன!
    மங்கையரே ஒன்று திரண்டெழு வீரே
    மலர்ந்து மலர்ந்தது தமிழீழம் என்றே!
                             (*கனிச்சாறு* 3,89, ப. 98)

என்று ஈழ மக்களின் இன்னல்களைப் பாடியதோடு தனி ஈழம் மலர்ந்தே தீரும் என்கிறதான நம்பிக்கையூட்டும் வரிகளும் இவரிடமிருந்து வெளிப்பட்டன. தாம் வாழுங் காலத்தே திருக்குறளுக்கு மெய்ப்பொருளுரை எழுத வேண்டுமென்ற பேரவா போன்றே, தமிழீழம் அமைய வேண்டுமென்ற இவரின் விருப்பமும் முற்றுப்பெறாமலேயே போனது. எனினும் இவருடைய தமிழீழ நிலைப்பாட்டின் காரணமாக இன்றளவிலும் ஈழ மக்களின் போற்றுதலுக்குரியவராகவே காணப்படுகிறார்.

பயன்கொண்ட நூல்கள்

1. ஐயை (*தனித்தமிழ்ப் பாவியம்*), பாவலரேறு பெருஞ்சித்திரனார், தென்மொழி நூல் வெளியீட்டு விற்பனையகம், சென்னை, 1978.

2. உலகியல் நூறு, பாவலரேறு பெருஞ்சித்திரனார், மறைமலை அச்சகம், புன்செய்ப் புளியம்பட்டி, 1982.

3. மொழிஞாயிறு பாவாணர், பாவலரேறு பெருஞ்சித்திரனார், தென் மொழி நூல் வெளியீட்டு விற்பனையகம், சென்னை, 2001.

4. தென்மொழியின் தொண்டு (இதன் தொடக்கக்காலம் பற்றிய ஒரு மேற்பார்வை), ப. அருளி, பஃறுளிப் பதிப்பகம்

5. கனிச்சாறு 1 (*தமிழ், இந்தி எதிர்ப்புணர்வு*), பாவலரேறு பெருஞ் சித்திரனார், தென்மொழி பதிப்பகம், சென்னை, 1979.

6. செயலும் செயல் திறனும், பாவலரேறு பெருஞ்சித்திரனார், தென்மொழி பதிப்பகம், சென்னை, 1988.

7. பெரியார், பாவலரேறு பெருஞ்சித்திரனார், தென்மொழி பதிப்பகம், சென்னை, 2005.

8. சாதி ஒழிப்பு, பாவலரேறு பெருஞ்சித்திரனார், தென்மொழி பதிப்பகம், சென்னை, 2005.

9. திருக்குறள் மெய்ப்பொருளுரை - 1, பாவலரேறு பெருஞ்சித்திரனார், தென்மொழி பதிப்பகம், சென்னை, 1997.

10. திருக்குறள் மெய்ப்பொருளுரை - 2, பாவலரேறு பெருஞ்சித்திரனார், தென்மொழி பதிப்பகம், சென்னை, 2006.

11. திருக்குறள் மெய்ப்பொருளுரை - 3, பாவலரேறு பெருஞ்சித்திரனார், தென்மொழி பதிப்பகம், சென்னை, 2006.

12. திருக்குறள் மெய்ப்பொருளுரை - 4, பாவலரேறு பெருஞ்சித்திரனார், தென்மொழி பதிப்பகம், சென்னை, 2006.

13. அறுபருவத் திருக்கூத்து, பாவலரேறு பெருஞ்சித்திரனார், தாயகம், திருவண்ணாமலை, 2011.

14. பாவலரேறு பெருஞ்சித்திரனார் வாழ்க்கைச் சுவடுகள், பொழிலன், மன்பதைப் பதிப்பகம், சென்னை, 2016.

15. மகபுகு வஞ்சி (*மகளிர் இலக்கியம்*), ஆங்கில மொழிபெயர்ப்புடன், பெருஞ்சித்திரன், மறைமலை அச்சகம், கோவை, 1973

16. நூறாசிரியம், பாவலரேறு பெருஞ்சித்திரனார், தென்மொழி நூல் வெளியீட்டு, விற்பனையகம், சென்னை, 1996.

17. கொய்யாக்கனி (*பாவியம்*), பாவலரேறு பெருஞ்சித்திரனார், பழநியம்மா பதிப்பகம், புதுவை, 1956.

18. வாழ்வியல் முப்பது, பாவலரேறு பெருஞ்சித்திரனார், தென்மொழி பதிப்பகம், சென்னை, 1977

19. பாவலரேறு பெருஞ்சித்திரனார், கி. குணத்தொகையன், மங்கை பதிப்பகம், சென்னை, 2015.

20. பாவலரேறு பெருஞ்சித்திரனார் பாடல்களின் யாப்பமைதி, ஜெ. மதிவேந்தன், நெய்தல் பதிப்பகம், சென்னை, 2016.

21. இந்தித் திணிப்பு இந்தியாவைச் சிதைக்கும், பாவலரேறு பெருஞ் சித்திரனார், தென்மொழி பதிப்பகம், சென்னை, 2017

22. மறுவாசிப்பில் தமிழ் இலக்கியம், ஞானி, காவ்யா பதிப்பகம், சென்னை, 2001.

23. தனித்தமிழ் இயக்கத்தின் தோற்றமும் வளர்ச்சியும், பாவலரேறு பெருஞ்சித்திரனார், தென்மொழி பதிப்பகம், சென்னை, 2016.

24. இலக்கியத்துறையின் தமிழ் வளர்ச்சிக்குரிய ஆக்கப் பணிகள், பாவலரேறு பெருஞ்சித்திரனார், தென்மொழி பதிப்பகம், சென்னை, 1973.

25. கற்பனை ஊற்று (*உரைப்பா நடை*), பாவலரேறு பெருஞ்சித்திரனார் (*மெய்மைப்பித்தன்*), தென்மொழி நூல் வெளியீட்டு விற்பனையகம், சென்னை, 1997.

26. ஈழ விடியல் (*தமிழீழம் நூலின் முன்னுரை*), பாவலரேறு பெருஞ் சித்திரனார், தமிழ்நிலம், சென்னை, 1999.

27. பாவேந்தர் பாரதிதாசன், பாவலரேறு பெருஞ்சித்திரனார், தென்மொழி நூல் வெளியீட்டு விற்பனையகம், சென்னை, 1984.

28. இட்ட சாவம் முட்டியது, பாவலரேறு பெருஞ்சித்திரனார், தென் மொழி நூல் வெளியீட்டு விற்பனையகம், சென்னை, 1994.

29. இனம் ஒன்றுபட வேண்டும் என்பது எதற்கு?, பாவலரேறு பெருஞ்சித்திரனார், தன்மொழி நூல் வெளியீட்டு விற்பனையகம், சென்னை, 1984.

30. இளமை உணர்வுகள், பாவலரேறு பெருஞ்சித்திரனார், தென்மொழி நூல் வெளியீட்டு விற்பனையகம், சென்னை.

31. இளமை விடியல், பாவலரேறு பெருஞ்சித்திரனார், பைந்தமிழ்ப் பாசறை, சென்னை, 1995.

32. எண்சுவை எண்பது (*தனித்தமிழ்ப் பாவியம்*), பாவலரேறு பெருஞ் சித்திரனார், தென்மொழி அச்சகம், சென்னை, 1969.

33. ஓ ஓ தமிழர்களே - (*சொற்பொழிவு நூல்*), பாவலரேறு பெருஞ் சித்திரனார், நிறைமொழி அச்சகம், சென்னை, 1991.

34. கழுதை அழுத கதை, பாவலரேறு பெருஞ்சித்திரனார், தென்மொழி நூல் வெளியீட்டு விற்பனையகம், சென்னை - 1999.

35. தன்னுணர்வு, பாவலரேறு பெருஞ்சித்திரனார், தன்மொழி நூல் வெளி யீட்டு விற்பனையகம், சென்னை, 1977.

36. தமிழீழம், பாவலரேறு பெருஞ்சித்திரனார், தென்மொழி நூல் வெளி யீட்டு விற்பனையகம், சென்னை.

37. நமக்குள் நாம், பாவலரேறு பெருஞ்சித்திரனார், தென்மொழி நூல் வெளியீட்டு விற்பனையகம், சென்னை.

38. நெருப்பாற்றில் எதிர்நீச்சல், பாவலரேறு பெருஞ்சித்திரனார், தென் மொழி நூல் வெளியீட்டு விற்பனையகம், சென்னை.

39. பாச்சோறு, பாவலரேறு பெருஞ்சித்திரனார், திருவள்ளுவர் கல்விப் பணி அறக்கட்டளை, பல்லடம், 2006.
40. பாவியக் கொத்து - சிறுபாவியத் தொகுப்பு, பாவலரேறு பெருஞ் சித்திரனார், தென்மொழி மின் அச்சகம், சென்னை, 1962.
41. வேண்டும் விடுதலை (கட்டுரை), பாவலரேறு பெருஞ்சித்திரனார், தென்மொழி பதிப்பகம், சென்னை, 2005.
42. பாவாணர் நூற்றாண்டு விழா மலர், பாவலரேறு பெருஞ்சித்திரனார் அறக்கட்டளை, சென்னை, 2012.
43. பாரதிதாசன் திருக்குறள் உரை (*ஆய்வும் பதிப்பும்*), ச.சு. இளங்கோ, பாரி நிலையம், சென்னை, 1992.
44. பாரதிதாசன் - பெருஞ்சித்திரனார் பாடல்கள் - ஓர் ஒப்பாய்வு, கடலூர் மணிமாறன், விடியல் வெளியீட்டகம், கிருட்டிணராயபுரம், 1996.

பயன் கொண்ட ஆய்வேடுகள்

1. பெருஞ்சித்திரனார் பாடல்கள் ஒரு திறனாய்வு (*முனைவர் பட்ட ஆய்வேடு*), சா. உதயசூரியன், அண்ணாமலைப் பல்கலைக்கழகம், 1985.
2. தென்மொழி இதழ் ஒரு மதிப்பீடு (*ஆய்வியர் நிறைஞர் பட்ட ஆய்வேடு*), ஆ. மணவாளன், அண்ணாமலைப் பல்கலைக்கழகம், 1976.
3. குழந்தை இலக்கிய வளர்ச்சியில் தமிழ்ச்சிட்டின் பங்கு (*ஆய்வியல் நிறைஞர் பட்ட ஆய்வேடு*), நா. கமலா, மதுரைக் காமராசர் பல்கலைக்கழகம், 1985.
4. பெருஞ்சித்திரனாரின் கனிச்சாறு - ஓர் ஆய்வு (*ஆய்வியல் நிறைஞர் பட்ட ஆய்வேடு*), ம. அறவாழி, பாரதிதாசன் பல்கலைக்கழகம், 1988.

நிறைந்தது